யூதர்களின் இயேசுவும்
பவுலின் கிறிஸ்துவும்

எஸ். செண்பகப்பெருமாள்

ஓய்வுபெற்ற ஆசிரியர். இறையியல் கல்லூரிகளில் பைபிள் குறித்த வகுப்புகள் எடுத்துள்ளார். தமிழகம் முழுவதிலும் பைபிள் குறித்தும் இந்திய ஆன்மிகம் குறித்தும் பேசி வருகிறார். ஜாதி-சமய எல்லைகளைக் கடந்து, சமூக நல்லிணக்கத்தைப் பேணும்விதமாகப் பணியாற்றிவருகிறார். இவருடைய முதல் புத்தகம், 'குற்றவாளிக்கூண்டில் மனு?' இந்நூல் இவருடைய இரண்டாவது புத்தகம் ஆகும்.

யூதர்களின் இயேசுவும் பவுலின் கிறிஸ்துவும்

எஸ். செண்பகப்பெருமாள்

யூதர்களின் இயேசுவும் பவுலின் கிறிஸ்துவும்

Yudargalin Yesuvum Paulin Christhuvum

S.Shenbagaperumal ©

First Edition: December 2018
120 Pages

ISBN 978-81-8493-982-8
Kizhakku 1146

Kizhakku Pathippagam

177/103, First Floor, Ambal's Building, Lloyds Road,
Royapettah, Chennai - 600 014. Ph: +91-44-4200-9603
Email : support@nhm.in   Website : www.nhm.in

kizhakkupathippagam   kizhakku_nhm

Kizhakku Pathippagam is an imprint of New Horizon Media Private Limited

The views and opinions expressed in this book are the author's own and the facts are as reported by the author, and the publishers are not in any way liable for the same.

உள்ளே

Rev. Dr. S. Joel Chellathurai

Inter-faith Dialogue Ministry

Allencottai
S.India 629 502

வாழ்த்துரை

தம்பி செண்பகம் அவர்களை நான் 1977ல் சந்தித்தேன். அவர் அனைத்து சமய நட்புறவு இயக்கம் 'ஒன்றை மணவாளக்குறிச்சியில் நடத்தி வந்தார். அதன் சார்பில் அன்றைய சி.எஸ்.ஐ. பிஷப் Rt. Rev. செல்வமணி அவர்கள் தலைமையில் மணவாளக் குறிச்சி பாபுஜி நினைவு உயர்நிலைப் பள்ளியின் ஒரு நிகழ்ச்சியின் அமைப்பாளராகச் செயல்பட்டார் தம்பி செண்பகம்.

அதன் பின் நானும் தம்பி செண்பகமும் பைபிள் அதாவது விவிலியம் கற்கத் தொடங்கினோம். அவர் ஒரு சிறந்த ஆய்வாளர். என் வீட்டில் நிகழ்கின்ற விவிலிய வகுப்பில் கலந்து பலப்பல கேள்விகள் கேட்டு விவாதம் செய்யும் ஒரு பைபிள் மாணவர் அவர்.

இப்போதும் பல இடங்களில் விவிலியக் கருத்தரங்குகள் நிகழ்த்தியுள்ளார். எங்கள் மெய்யியல் கல்வி மையமும் கணபதிபுரம் தர்மபரிபாலன இயக்கமும் இணைந்து நிகழ்த்தும் நிகழ்வில் தொடர் பைபிள் வகுப்புகள் நிகழ்த்துகின்றார். அங்கு பகவத் கீதை வகுப்புகளும் நடந்தன. அதில் பல கிறிஸ்தவ போதகர்களும் கிறிஸ்தவர் அல்லாதவர்களும் கலந்துள்ளனர். இறையியல் கல்லூரியில் அவரது நிகழ்ச்சியில் நானும் கலந்திருக்கின்றேன்.

பைபிள், எபிரேய, இஸ்ரயேல், யூத இனத்தின் விடுதலை வரலாறு என்பது அவரது கருத்தாகும். கிறிஸ்தவம் ஒரு நம்பிக்கை மார்க்கம் என்பார் அவர்.

பைபிளில் சில முரண்பாடுகள் இருந்தாலும், இயேசுவின் சிலுவை மரணம் வரையிலும், இஸ்ரயேல் யூத வரலாறும், யூதப் பாரம்பரியமும் குறித்து மிகவும் தெளிவாகவே பைபிள் கூறுகிறது என்பது அவர் கூற்று.

ஆனால் இயேசுவுக்குப் பின் எழுந்த பவுல், கிரேக்கரின் பணியாளர் என்பதை மிகவும் தெளிவாக, வரலாற்றுப் பின்னணியுடன் விளக்குகிறார் ஆசிரியர் செண்பகப்பெருமாள் அவர்கள்.

புற இனத்தவர் என்கின்ற கிரேக்கருக்கு இயேசுவைக் கொண்டுசென்ற பவுல் ஒரு பொய் கூறினார் என்பது அவரது கருத்து. காண்க - ரோமர் 3:7,8 மற்றும் 2 கொரிந்தியர் 11:4,5. இந்த இரண்டும் என்னைச் சிந்திக்கத் தூண்டியது. பவுல் கூறியது பொய் என்பதும் (ரோமர் 3:7,8), 'வேறு கிறிஸ்து', 'என் நற்செய்தி' என்று அவர் சொல்லியிருப்பதும் ஆய்வுக்குரியன என்பது நூல் ஆசிரியரின் கருத்தாகும்.

இந்த நூல் மதம் கடந்த ஆன்மிகத்துக்குப் பயன்படும் என்பது என் கருத்து. சமூக நல்லிணக்கம் சார்ந்த தம்பியின் நல்முயற்சிக்கு என் பாராட்டு கலந்த நல்வாழ்த்துக்கள்.

<table>
<tr><td>ஆலங்கோட்டை</td><td>இவண்</td></tr>
<tr><td>30.12.2018</td><td>S. ஜோயல் செல்லத்துரை</td></tr>
</table>

முகவுரை

'**யூ**தர்களின் இயேசுவும் பவுலின் கிறிஸ்துவும்' என்னும் இந்நூல், மதம் சார்ந்த முயற்சிக்கு உட்பட்டதல்ல. 'மதம்' என்பது கடவுள்பற்றிப் பேசுகின்ற ஒரு கொள்கை. ஆனால் 'ஆன்மிகம்'என்பது மதங்களிலிருந்தும் வேறுபட்டது. அது 'ஆன்மா'வைப் பற்றியது. இதில் உயர்ந்தவன், தாழ்ந்தவன் என்று மனிதர்களைப் பாகுபடுத்திக் கூறுவதோ, அல்லது ஆண், பெண் என்று வேறுபடுத்திப் பேசுவதோ, அல்லது மனிதர்களுக்கும் ஏனைய ஜீவன்களுக்கும் இடையில் பேதம் காட்டுவதோ கிடையாது. மதங்கள் எவற்றுக்கும் இத்தகைய பண்புகள் இல்லை. மதவாதிகளைப் பொருத்தவரை, தன் மதமே உயர்ந்தது; மற்றையவை பொய்யானவை என்ற அகங்கார உணர்வு கொண்டவர்களாக இருப்பர்.

பைபிளின் புதிய ஏற்பாட்டு எழுத்தாளரான பவுல், மதம் என்னும் அந்தஸ்தில் இருந்த யூதத்தை (Judaism) அதிலிருந்து வேறோர் நிலைக்கு மாற்றும் முயற்சி ஒன்றில் ஈடுபட்டார். கி.பி. 49 வாக்கில் பைபிளின் நடைமுறைக் கொள்கையில் ஒரு மாற்றம் கொண்டுவர பவுல் விரும்பியபோது, மதங்களைவிட மாறுபட்ட ஒன்றை 'கிறிஸ்து' (Christ) என்ற ஒற்றைச்சொல் மூலம் அறிமுகப்படுத்த முயன்றார். அச்சொல் மனிதர்களிடையே பேதம் காட்டுதல் கூடாது என்னும் பொருள் கொண்டதாக இருந்தது.

ஆயினும் பவுலின் இக்கொள்கை இஸ்ரேலிய யூத சமூகத்துக்குப் புதியது. கிறிஸ்து என்ற சொல்லும், அதில் பொதிந்துள்ள பொருளும் பைபிள் மரபுக்கு உரியதல்ல. ஆனாலும் இஸ்ரேலிய யூதர்கள் அறியாதபடி 'மறைபொருள்' (mystery) என்னும் நிலையில் தலைமுறை தலைமுறையாக அது 'ரகசியமாக' அவர்களுக்கு வைக்கப்பட்டிருந்தது என்றும் ஆனால் மிகவும் உயர்ந்ததான இக்கொள்கை புறஜாதியாரிடம் ஏற்கெனவே நடைமுறையில் இருந்துவந்தது என்றும் பவுல் எழுதினார் (கோலோசேயர் 1:25-27 கத்தோலிக்க மற்றும் புரோட்டஸ்டண்ட் மொழிபெயர்ப்புகள். பொது மொழிபெயர்ப்பில் 'புறஜாதியார்' என்ற சொல் தவிர்க்கப்பட்டுள்ளது).

கடவுள் மதச் சார்பற்றவர். இத்தகு கடவுளைத் தம் புதிய ஏற்பாட்டு நூற்களில் 'கிறிஸ்து' என்னும் பெயரில் பவுல் அறிமுகம் செய்தார். ஆனால் பிற்காலத்தில் பைபிளைப் பல்வேறு மொழிகளுக்கும் மொழி பெயர்த்தவர்கள், இயேசு என்ற பெயருக்கு முன்னொட்டாக அதனைச் சேர்த்து, 'கிறிஸ்து இயேசு' அல்லது பின்னொட்டாகச் சேர்த்து, 'இயேசு கிறிஸ்து' என்று எழுதினார்கள். எனவே, மேரியின் மகன் இயேசு என்பவருக்கும் கிறிஸ்துவுக்கும் வேறுபாடு கண்டறிய முடியாமல் போகும் நிலை ஏற்பட்டது.

இயேசுவையும் கிறிஸ்துவையும் வேறுபடுத்திக் காட்டும் நோக்கத்தில் பவுல் தம்முடைய புதிய ஏற்பாட்டு நூலில் இவ்வாறு எழுதுகிறார்: 'உயிரோடு வாழ்ந்த காலத்தில் இயேசு ஒரு மெசியா மட்டுமே. அப்போது அவர் தாவீதின் பரம்பரையில் வந்த மனிதர். அவர் சிலுவையில் அறையப்பட்டு இறந்த பின்னர்தான் 'கடவுளின் ஆவி' அவர்மீது இறங்கியது. அதனாலேயே அவர் உயிரோடு எழுப்பப்பட்டார். அதன் பின்னரே அவர் கிறிஸ்து என்னும் கடவுளின் மகனாக ஆனார்.' (ரோமர் 1:2-5)

கி.மு. 326-ல் கிரேக்க மன்னர் அலெக்சாண்டர், இந்தியாவரை தன் படைகளுடன் வந்து போர் புரிந்தார். பல்வேறு நாடுகளின் இலக்கியங் களை அவர் அப்போது சேகரித்தார். தமது நூலகத்தில் அவற்றைப் பேணிக் காத்திட ஏற்பாடு செய்தார். இவையெல்லாம் வரலாற்றுச் செய்திகள். இந்தியா போன்ற கீழை நாடுகளிலிருந்து ஆன்மிக ஞானம் பைபிளுக்குச் சென்ற விதம் குறித்து William Alva Gifford என்ற ஆசிரியர், தன் புத்தகம் The Story of Faith, பக்கம் 159-ல் இவ்வாறு குறிப்பிடுகிறார்:

The church was less hospitable to another movement in the Graeco-Roman world, the movement called Gnosticism. It was one aspect of the Orientalism that was first introduced into Europe through the conquest of the Near East by Alexander the Great. Orientalism seriously influenced Greek thought in Stoicism, an influence later revived in Neo-Platonism. It influenced Judaism next, in those world-renouncing desert-dwellers, the Essenes, to whom John the Baptist may have belonged. It reached Christianity, under the name of Gnosticism, through certain false teachers of Colossae. There are echos in the New Testament of disturbances caused by the doctrine that Christ and Jesus are not the same, that Christ did not have a true human body, and therefore did not die on the cross. From the early second century, such doctrines were openly proclaimed in the churches, and won a considerable following among Gentile Christians.

இவ்வாறு கடவுள் பற்றிய கீழைத் தேச ஞானம், பல்வேறு தரப்பினருக்கும் சென்று இறுதியாகக் கிறிஸ்தவர்களைச் சென்றடைந்தது.

பவுல் கிரேக்க ஞானத்தில் தெளிவு மிக்கவர் (விவிலியத்தில் புனித பவுலின் திருமுகங்கள், தியாகு, பக்கம் 19-20). கிரேக்க மதத்தின் ஒரு பிரிவு 'அறிவு நெறிக்கோட்பாடு' எனப்படும் ஞானாஸ்டிக் (Gnosticism) எனப்பட்டது. அந்த மதப்பிரிவின் கொள்கையே பவுலின் கடிதங்களில் அதிகப் பிரகாசத்துடன் காட்சியளிக்கிறது. அவரது இந்த அறிவின் வெளிப்பாடுதான் இயேசுவும் கிறிஸ்துவும் ஒரே ஆள் அல்ல என்பதாகும் (ரோமர் 1:2-5). கிரேக்கர்களின் இந்த குணாஸ்டிசிசக் கொள்கையானது யூதர்கள் அறிந்திராத ஒன்று என்றும் ஆனால் புறஜாதியாரிடம் அது நடைமுறையில் இருந்தது என்றும் (கோலோசேயர் 1:25-27) பவுல் எழுதுவதற்கு இதுவே காரணமாகும்.

இந்திய ஆன்மிகம் ஏதோ ஒரு வகையில் உலகம் முழுவதும் பரவியுள்ளது. ஆனால் கடவுளை ஒரு மதச் சார்பாளராகக் கருதுகிறவர் களுக்கு இக்கொள்கை கவனத்தில் படுவதில்லை. 'இயேசுவினாலே அன்றி வேறொருவராலும் இரட்சிப்பு இல்லை' (அப்போஸ்தலர் நடபடிகள் - திருத்தூதர் பணிகள் 4:12) என்ற பைபிள் வசனத்தைப் பற்றிப் பிடித்துக்கொண்டு அவர்கள் ஏனைய மதங்கள்மீது வெறுப்பு காட்டுகின்றனர். இத்தகையவர்களால் மத நல்லிணக்கம் பாதிக்கப் பட்டுவிடக்கூடாது.

மத விசுவாசம் பற்றிய இவர்களது கொள்கை விநோதமானது. என்னுடைய ஓர் அனுபவத்தை உங்களுடன் பகிர்ந்துகொள்ள விரும்புகிறேன். கன்னியாகுமரி மாவட்டம் திருவட்டாறு பகுதியில் உள்ள ஒரு பள்ளியில் தங்கி தன் விடுமுறை நாட்களைக் கழித்துக்கொண்டிருந்த

லாரா என்ற இங்கிலாந்து மாணவிக்கு நான் ஆங்கிலத்தில் எழுதி வைத்திருந்த 'A man - A lie - A Religion' என்ற கட்டுரையைப் படிக்கக் கொடுத்திருந்தேன். அதனைப் படித்தபின் அவர் என்னைச் சந்தித்தார். அவர் ஒரு கத்தோலிக்கர். அடிப்படைக் கல்வியை முடித்துவிட்டு தியாலஜி படிப்பதற்குமுன் இடைப்பட்ட விடுமுறைக் காலத்தில் இந்தியா வந்திருந்தார். நாங்கள் வெகுநேரம் பைபிள் குறித்து உரையாடிக் கொண்டிருந்தோம்.

அப்போது, பவுல் என்பவர்தான் இயேசுவைப் புறஜாதியாரிடம் பிரசாரம் செய்தார் என்றும், அதற்கு வசதியாக ஒரு பொய்யைக் கூறவும் அவர் தயங்கவில்லை என்றும், அவரே அதனை ஒப்புக்கொள்வதையும் (ரோமர் 3:7-8) குறிப்பிட்டேன். இவ்வாறு பவுல் கூறிய பொய்யைப் பற்றிய கவலையின்றி, ஆனால் பவுல் விரும்பிய விசுவாசத்தை மட்டும் கொண்டவர்களாக மக்கள் இருப்பதுபற்றி நான் வினா எழுப்பினேன். அதற்கு அவர் சொன்னார்: 'We are based only on Faith, not on Truth' (நாங்கள் விசுவாசத்தை மட்டுமே அடிப்படையாகக் கொண்டவர்கள், உண்மையை அல்ல).

பைபிளில் டாக்டர் பட்டம் பெற்ற என் நண்பர் ஒருவர் நாகர்கோவிலில் உள்ள ஒரு தியாலஜிக்கல் செமினரியில் பாஸ்டர் தேர்வுக்காகப் படிக்கும் மூன்றாமாண்டு மாணவர்களுக்கு ஆசிரியராக இருந்தார். அவருடைய மாணவர்களுக்கு பைபிள் மற்றும் வேதாந்தம் சார்ந்த ஒரு கருத்துரையை நான் வழங்கவேண்டும் என்று அவர் கேட்டிருந்தார்.

அந்த நிகழ்ச்சியைத் திட்டமிடவேண்டி அவர்களுடைய செமினரிக்குச் சென்று அவரை ஓரிரு நாட்கள் சந்தித்துப் பேசினேன். அச்சமயத்தில் ரெவரண்ட் டாக்டர் ஜோயல் செல்லத்துரையும் சில பாஸ்டர்களும் உடன் இருந்தனர். ஒருநாள்,

> 'என் பொய்ம்மையின் மூலம் கடவுளின் வல்லமை வெளிப் படுவதோடு அவரது மாட்சியும் பெருகுமானால், இன்னும் நான் பாவியெனத் தீர்ப்பளிக்கப்படுவது ஏன்? அப்படியானால், 'நன்மை விளையும்படி தீமையைச் செய்வோம்' என்று சொல்லலாமே?' (ரோமர் 3:7-8)

என்ற புதிய ஏற்பாட்டு வசனம் குறித்து எங்களிடையே ஒரு விவாதம் ஏற்பட்டது. என் நண்பர், விவாதத்தில் எனக்குத் தக்க பதில் கிடைக்க வில்லை என்பதை உணர்ந்து, புதிய ஏற்பாட்டில் மிகுந்த பயிற்சி பெற்றிருந்த வேறொரு பேராசிரியரை அழைத்துக்கொண்டு வந்தார். நாங்கள் வெகுநேரம் விவாதித்தோம். நான் மேற்கண்ட வசனங்கள் சார்ந்த மூன்று கேள்விகளை அவர்கள்முன் வைத்தேன்.

* பவுல் கூறிய பொய்யின்மூலம் கடவுளின் மாட்சி எவ்விதம் அதிகரித்தது?

* அந்தப் பொய்யின்மூலம் பவுல் எதிர்பார்த்த நன்மை யாது?

* அந்த நன்மையை அடைவதற்காக, என்ன தீமை செய்துவிட்டதாக பவுல் கருதினார்?

எங்கள் விவாதம் உற்சாகமாக அமையவில்லை. ஏனெனில் அந்த வசனங்கள் அதுவரை அவர்கள் கவனத்தில் பட்டிருக்கவில்லை. எனவே நான் என்னுடைய புரிதலை அவர்களுக்குச் சொன்னேன்.

பவுல் புறஜாதியாரிடம் பணியாற்றுவது என முடிவு செய்ததும் அதற்குத் தேவையான தளத்தை முதலில் அமைத்துக்கொண்டார். புறஜாதியாரிடம் தாமாகவே சென்று பணியாற்றிட தாம் முடிவெடுக்கவில்லை என்றும், தாயின் கருப்பையில் தாம் இருந்தபோதே கடவுள் தமக்குத் தரிசனமாகி தம்மைப் புறஜாதியாருக்குரிய அப்போஸ்தலனாகத் தேர்வு செய்து விட்டதாகவும் (கலாத்தியர் 1:15-16), அதனாலேயே தான் புறஜாதி யாரிடம் சென்றதாகவும் பவுல் கூறினார். இத்தரிசனத்தை இயேசுவின் சீடர்கள் நம்பாமல், பவுல் கூறியது பொய் என்று மறுத்தனர். இதுதான் என்னுடைய விளக்கமாக இருந்தது.

நான் இவ்வாறு கூறுவதற்குரிய காரணங்கள் பைபிளிலேயே இருக்கின்றன. தன்னுடைய கடிதங்களில் பவுல் தன்னைத் தானே ஓர் 'அப்போஸ்தலன்' என்று அறிவித்துக்கொண்டார் (ரோமர் 1:1, கலாத்தியர் 1:1-2, 1 கொரிந்தியர் 1:1, 2 கொரிந்தியர் 1:1). ஆனால் பவுல் இவ்வாறு கூறியதை இயேசுவின் சீடர்கள் ஏற்றுக்கொள்ளாமல், 'அப்போஸ்தலனாக இல்லாதிருந்தும் சிலர் தம்மைத் தாமே அப்போஸ்தலன் எனக் கூறிக்கொண்டனர்; அவ்வாறு கூறியவர்கள் பொய்யர்கள்' என்று சாடினர் (வெளிப்படுத்தின சுவிசேஷம் - திருவெளிப்பாடு 2:2). தம்மை அவர்கள் குறிவைத்துத் தாக்குவதைக் கண்ட பவுல், 'நான் அப்போஸ்தலன் என மற்றவர்கள் ஏற்றுக்கொள்ளா விடினும் உங்களுக்கு நான் அப்போஸ்தலன்தானே' (1 கொரிந்தியர் 9:2) என்று எழுதி இயேசுவின் சீடர்களின் குற்றச்சாட்டை ஒப்புக்கொள்ளும் விதமாகப் பேசினார்.

நான் என் கருத்தில் தெளிவான முடிவுடன் இருந்தால், அதன்பின் எங்கள் விவாதம் தடம் மாறிச் சென்றது. இயேசுவின் வாழ்வில் நடந்ததாகக் கூறப்படும் பழைய ஏற்பாட்டு தீர்க்கதரிசனங்கள் யாவும் உண்மையில் நடந்தனவா, அல்லது நடந்ததாக எழுதிக்கொள்ளப் பட்டனவா என்னும் கேள்வியைப் பற்றியதாக அது அமைந்தது. 'கன்னி கருத்தாங்கி குழந்தை பெறுவாள்' என்னும் பழைய ஏற்பாட்டு வசனம்,

மெசியா எனக் கருதப்பட்ட இயேசுவுக்கு உரியதல்ல என்றும், இயேசு பிறப்பதற்குச் சுமார் 700 ஆண்டுகளுக்குமுன்னர் ஆகாஸ் என்னும் யூத மன்னனுடைய எதிரிகள் அழிந்துபோவார்கள் என்பதற்கான முன் அடையாளமே அது என்றும், இயேசுவுக்குத் தேவைப்பட்டதால் புதிய ஏற்பாட்டில் அதனை இயேசுவுக்கு உரியதாக எழுதிக்கொண்டார்கள் என்றும் நான் கூறினேன்.

புதிய ஏற்பாட்டுப் பேராசிரியர் ஒரு புதுமையான விளக்கத்தை அதற்கெனக் கூறினார். பழைய ஏற்பாட்டில் எழுதப்பட்டிருக்கின்ற தீர்க்கதரிசனங்களுக்கு இரண்டு நடைமுறைகள் இருக்கும்; அவற்றுள் ஒன்று அண்மைக் காலத்தில் நடக்கவேண்டியது; இதனை immediate context என்பார்கள்; இன்னொன்று நீண்ட காலத்துக்குப் பின்னர் நடைபெறவேண்டியது; இதனை messianic context என்பார்கள் என்றார்.

பழைய ஏற்பாட்டுத் தீர்க்கதரிசனங்கள் இயேசுவில் நிறைவேறியதாக நிரூபிப்பதற்குரிய ஆதாரங்கள் இல்லை என்பதால் இவர்கள் இவ்விதம் பேசுகிறார்கள் என்று எனக்குத் தோன்றியது.

மேலே உள்ள விஷயங்களைப் பல தளங்களில் உள்ள பைபிள் அறிஞர் களிடம் விசாரித்திருக்கிறேன். எவரும் எனக்கு உரிய விளக்கங்களைத் தரவில்லை. சொல்லப்போனால் அந்த வசனங்கள்மீது எவருடைய கவனமும் அதுவரை பதிந்திருக்கவில்லை. நான் விசாரித்த பின்னரே அவற்றை அவர்கள் அடையாளம் காணத் தொடங்கினர்.

ஒரு கொள்கை குறித்து விவாதம் செய்யும்போது கிறிஸ்தவர்கள் பொது வாக பைபிளுக்கு வெளியில் உள்ள ஆதாரங்களை ஏற்றுக்கொள்ள மாட்டார்கள். பிற மதத்தவருடன் விவாதம் செய்யும்போதுகூட, பிறருடைய மதம் சார்ந்த கருத்துகளை ஒப்புக்கொள்ளாமல், பைபிளில் உள்ள வசனங்களை மட்டுமே எடுத்து விவாதம் செய்வர். ஏனைய மதக்கருத்துகளைக்கூட பைபிளுடன் ஒப்பிட்டுப் பார்த்து, ஒத்துவர வில்லையெனில் ஒதுக்கித் தள்ளிவிடுவர்.

இத்தகையவர்களும் ஒப்புக்கொள்ளும் விதத்தில் இந்நூல் உருவாக்கப் பட்டுள்ளது. பைபிளின் உள்ளிருந்து மட்டுமே நாம் தகவல்களையும் ஆதாரங்களையும் தேர்வு செய்து எழுதியிருக்கிறோம். பைபிளின் வரலாற்றுப் போக்குகளுக்கு முரணாக எதுவும் இல்லாதிருந்தால் மட்டுமே வெளியிலிருந்து ஆதாரங்களை எடுத்துள்ளோம். அப்படி எடுக்கப்பட்டவை மிகவும் சிலவே. ஏனெனில் பைபிளில் எழுதப் பட்டிருக்கும் தகவல்களுக்கு முரணாக எழுதுவது நமது நோக்கமல்ல.

கிறிஸ்தவத்தில் பல்வேறு காலகட்டங்களில் பல்வேறு மதப்பிரிவுகள் புதிது புதிதாகத் தோன்றியுள்ளன. அதன் விளைவாக இன்று பல நூறு

மதப்பிரிவுகள் நடைமுறையில் உள்ளன. முதல் நூற்றாண்டுக் காலத்தில் மூன்று பிரிவுகள் இருந்தன. (1) யூதக் கிறிஸ்தவம் (2) பவுல் கிறிஸ்தவம் (3) ஞாஸ்டிக் கிறிஸ்தவம். இதில் ஞாஸ்டிக்கில் ஏழு உட்பிரிவுகள் இருந்தன.

அதன்பின் கி.பி. 325-ல் நிசேயா கவுன்சில் வரையில் வேறு ஐந்து பிரிவுகள் வழக்கத்திற்கு வந்தன. ஆதாமியர், எபியானைட்ஸ், எல்சிசெயிட்ஸ், மார்சியோனிசம், நசரேயன்ஸ் ஆகியவையே அவை. கி.பி. 325 முதல் இடைக்காலம் வரையிலும் ஒன்பது பிரிவுகள் இருந்துள்ளன. கி.பி. 1517-ல் ஏற்பட்ட மார்ட்டின் லூதர் எழுச்சியினால் கிறிஸ்தவத்தின் அடிப்படைக் கொள்கை இரண்டாயிற்று. கத்தோலிக்கம், புரோட்டஸ்டண்ட் என்பவையே அவை.

கத்தோலிக்க மதத்தில் மட்டும் இருபதுக்கும் மேற்பட்ட சுயாட்சி சபைகள் இருந்தன. புரோட்டஸ்டண்ட் மதம் தொடக்கத்தில் லூத்தரன் சபை எனப்பட்டது. தற்போது அதில் மட்டும் 19 பிரிவுகள் உள்ளன. லூத்தரன் சபை தவிர, பாப்டிஸ்ட் சபை, மெதடிசம், பெந்தேகொஸ்து சபை, கரிஸ்மாடிக் இயக்கம், அட்வெண்டிஸ்ட், யெகோவா சாட்சிகள் முதலான பல பிரிவு மதங்கள் புரோட்டஸ்டண்ட் பிரிவுக்குள் உள்ளன. பெந்தேகொஸ்து மதத்தில் மட்டும் சுமார் 80-க்கும் மேற்பட்ட உட்பிரிவுகள் உள்ளன. சி.எஸ்.ஐ என்பது தமிழகத்தில் உள்ள பிரபலமான ஒரு கிறிஸ்தவ மதப்பிரிவாகும்.

ஆயினும் அவரவர் விருப்பத்திற்கேற்ப புதுப்புது சபைகள் தினந்தோறும் உருவாகிவருகின்றன. இவை ஒவ்வொன்றும் தனித்தனிக் கொள்கை விளக்கம் உடையதாகவும், சில குறிப்பிட்ட பைபிள் வசனங்களுக்கு மட்டுமே முக்கியத்துவம் கொடுக்கும் விதமாகவும் உள்ளன. வேறு சில சபைகள், பைபிள் வசனங்களுக்கு வேறுவிதமான பொருள் கொடுத்து, தம்முடையது வேறுபட்டது எனக் காட்டிக்கொள்கின்றனர். தங்களுடைய மதப்பிரிவுதான் உண்மையானது என்றும் மற்றைய மதப்பிரிவுகள் தவறானவை என்றும் பேசி, தங்களுக்குள்ளேயே மோதல் போக்கினைக் கடைப்பிடிக்கின்றனர். ஆயினும் அவை அனைத்துமே பைபிள் என்னும் ஒரே நூலை அடிப்படையாகக் கொண்டுள்ளன. இவை அனைத்துமே கிறிஸ்தவ மதம் எனப்படுகின்றன. இந்திய மதங்களுள் இந்து மதம் என அழைக்கப்படுவன அனைத்துமே இந்திய ஆன்மிகம் எனப்படும் வேதாந்தத்தை அடிப்படையாகக் கொண்டுள்ளன.

மதங்கள் என்பதை, ஏதேனும் ஓர் அடிப்படைக்கொள்கையுடன் பல்வேறு நம்பிக்கைகளை (Faith) தன்னுடன் இணைத்துக் கொண்டவையாக இருக்கும். இந்திய மதங்களுள் 'வைதீக மதங்கள்' எனப்படுகிற இந்து

மதத்துக்கு மூன்று முக்கிய அம்சங்கள் அடிப்படைக் கொள்கைகளாக உள்ளன. சுருதி எனப்படும் வேதங்கள், யுக்தி, என்றும் நியாயம் என்றும் அழைக்கப்படுகிற தர்க்க சாஸ்திரங்கள் (Logic) மற்றும் அனுபவம் என்னும் மூன்று அம்சங்களே அவை. இவைகளுள் வேதங்களின் உள் அடக்கமான பிரதி நூலாக அறியப்படும் பகவத் கீதையும் போதிக்கப்பட வேண்டிய கொள்கைகளாக உள்ளன. இதுபோல கிறிஸ்தவ மதங்கள் யாவும் பைபிள் கூறும் விஷயங்களை அடிப்படைக் கொள்கையாகக் கொண்டவையாகவும், பல்வேறு நம்பிக்கைகளை அத்துடன் இணைத்துக் கொண்டவையாகவும் உள்ளன. அவற்றுள் கற்பிக்கப்பட வேண்டிய கொள்கைகளை கொண்ட நூல் பைபிள் ஆகும்.

இந்து மதமோ, கிறிஸ்தவ மதமோ, மதங்களைப் போதிப்பது நம்முடைய நோக்கமல்ல. மதங்களைக் கடந்த ஆன்மிகத்தில் நாட்டம் உடையவர் களாக ஒவ்வொருவரும் ஆகுதல் வேண்டும். எந்த மதத்துக்கும் எதிராகப் போதிப்பது நம்முடைய நோக்கமல்ல. ஒவ்வொரு மதப்பிரிவையும் அவரவர் நிலையிலேயே வைத்து அங்கீகரிப்பதுடன், அந்த நிலையி லிருந்து முன்னேறி, ஆன்மிகச் சிந்தனையை அவர்கள் பெற்றிடச் செய்ய வேண்டும்.

ரெவரண்ட் டாக்டர் ஜோயல் செல்லத்துரை அவர்களுடைய முயற்சியால் கன்னியாகுமரி மாவட்டம் ஆலங்கோட்டையில் 'மெய்யியல் கல்வி மையம்' என்ற ஓர் அமைப்பைத் தொடங்கி, பைபிளையும் பகவத் கீதை போன்ற வேதாந்த நூல்களையும் போதிக்கும் வகுப்புகளை நடத்திவருகிறோம். பல மதத்தினரும் இதில் கலந்துகொள்கின்றனர். மதங்கள் பற்றி நாங்கள் போதிப்பதில்லை. மத நல்லிணக்கத்துக்கு ஏதுவான காரியங்களை மட்டுமே போதிக்கிறோம்.

ஒவ்வொருவரும் தமக்குப் பிடித்தமான மதத்தில் இருக்கட்டும். ஆனால் தம்முடையது மட்டுமே உயர்ந்தது என்றும் மற்றையவை இழிவானவை என்றும் கருதுகிற பான்மை ஒழியவேண்டும்.

வாசகர்களுக்கு ஒரு வேண்டுகோள். இந்நூலில் கூறப்பட்டுள்ள விஷயங்களைப் படிக்கும்போது உங்களுக்குப் புலப்படும் தவறுகளை தக்க ஆதாரத்துடன் எனக்குத் தெரியப்படுத்துங்கள். தகவல்கள் ஏற்றுக்கொள்ளத்தக்கவை என்றால் நூலைச் சரி செய்துகொள்ளவோ அல்லது என்னையே சரி செய்துகொள்ளவோ அது பெருதவியாக இருக்கும். தங்கள் உதவிக்கு நன்றி.

எஸ். செண்பகப்பெருமாள்

பைபிளின் பழைய ஏற்பாடு

பைபிள் ஒரு வரலாற்று நூலாகும். 'இஸ்ரேலியர்' எனப்பட்ட ஓரின மக்கள் பன்னிரண்டு ஜாதிகளாக (Tribes) வகைப்படுத்தப்பட்டிருந்தனர். அவர்களை தொடக்கக் காலத்தில் 'இஸ்ரேலியர்கள்' எனவும், பின்னர் 'யூதர்கள்' எனவும் பைபிள் அழைக்கிறது. அவ்வின மக்களுடைய கடவுள் யெகோவா என அழைக்கப்பட்டார். அப்பெயரை தமிழ் புரோட்டஸ்டண்ட் மொழிபெயர்ப்புகளில் 'கர்த்தர்' என்றும், கத்தோலிக்க மற்றும் பொது மொழிபெயர்ப்புகளில் 'ஆண்டவர்' என்றும் எழுதுகின்றனர். 'தேவன்' என்பதுவும் அதற்கு இணையான ஒரு சொல்லாகும். ஆங்கிலத்தில் Lord என்பர்.

இந்தக் கடவுள், இஸ்ரேலிய மக்களைத் தமக்குரிய 'சொந்த மக்களாக' (The Chosen People) தேர்வு செய்து, அவர்களோடு வாழ்ந்து வந்ததாக பைபிள் அறிவிக்கிறது. அவர் இஸ்ரேலியர்களோடு வாழ்ந்து உருவாக்கிய மத, சமூக, பொருளாதார மற்றும் அரசியல் வரலாறுகளின் தொகுப்பே 'பைபிள்' ஆகும்.

பைபிள், பழைய ஏற்பாடு (Old Testament) மற்றும் புதிய ஏற்பாடு (New Testament) என இரண்டு பகுதிகளாகப் பகுக்கப்பட்டுள்ளது. ஆதியாகமம் (Genesis) எனப்படும் தொடக்கநூல் முதல் மக்கபே ஆகமம் முடிய உள்ள 46

புத்தகங்கள் பழைய ஏற்பாட்டில் உள்ளன. அவற்றுள் 7 புத்தகங்களை புரோட்டஸ்டண்ட் பிரிவு கிறிஸ்தவர்கள் ஏற்றுக்கொள்ளவில்லை; எனவே அவர்களுக்குப் பழைய ஏற்பாட்டு நூல்கள் 39 மட்டுமே.

புதிய ஏற்பாட்டில் மத்தேயு எழுதிய நற்செய்தி நூல் முதல் வெளிப் படுத்தின சுவிசேஷம் (Revelation) எனப்படும் திருவெளிப்பாடு முடிய 27 புத்தகங்கள் உள்ளன. அவற்றை அனைத்துப் பிரிவு கிறிஸ்தவர்களும் ஏற்றுக்கொண்டுள்ளனர்.

முதலில் பைபிளின் பழைய ஏற்பாடு கூறும் வரலாற்றுத் தகவல்களை யும், அரசியல் மற்றும் சமூகச் செய்திகளையும் காண்போம்.

யாக்கோபு எனப்பட்ட இஸ்ரவேல்

கி.மு. 1975 வாக்கில் மெசபடோமியா பள்ளத்தாக்குப் பகுதியில் யாக்கோபு (Jacob) எனப்பட்ட இஸ்ரவேல் (Israel) தன் ஆடுகளை மேய்த்தவாறு அலைந்து வாழ்ந்துகொண்டிருந்தார். அப்பகுதியில் நிலவிய பஞ்சம் காரணமாகத் தம் குடும்பத்தினருடன் எகிப்து நாட்டில் போய்க் குடியேறினார். அவருக்குப் பன்னிரண்டு மகன்கள் இருந்தனர். ரூபன், சிமியோன், லேவி, யூதா, இசக்கார், செபுலோன், பெஞ்சமின், தாண், நப்தலி, யோசேப்பு, காத் மற்றும் ஆசேர் என்பன அவர்களுடைய பெயர்களாகும். இவர்கள் பன்னிரண்டு பேரும் பிற்காலத்தில் இஸ்ரேலிய ஜாதிகளின் 'குல முதல்வர்கள்' (Patriarchs) எனப்பட்டனர். புதிய ஏற்பாட்டில் தாண் என்ற பெயர் விடுபட்டு, அதற்குப் பதிலாக யோசேப்புவின் ஒரு மகனான மனாசே என்னும் பெயர் சேர்க்கப் பட்டுள்ளது. அப்போது எகிப்துக்குச் சென்றவர்கள் சுமார் எழுபத்தைந்து பேர்கள் ஆவர். அவர்கள் எகிப்தில் 430 ஆண்டுகள் வாழ நேரிட்டது. தொடக்க காலத்தில் ராஜ மரியாதையுடன் வாழ்ந்த அவர்கள், இறுதியில் அடிமைகளாக வாழ வேண்டியதாயிற்று.

யாக்கோபுவின் இன்னொரு பெயர் இஸ்ரவேல். எனவே அவருடைய சந்ததியினர் அனைவரும் 'இஸ்ரேலியர்கள்' அல்லது 'யாக்கோபின் வீட்டார்' எனப்பட்டனர். பிற்காலத்தில் இவர்களே 'யூதர்கள்' (Jews) எனப்பட்டனர்.

எகிப்தில் அடிமைகளாக வாழ்ந்த காலத்தில் இஸ்ரேலியர்களின் எண்ணிக்கை மிகவும் பெருகியது. போரிடத் தகுந்த ஆண்கள் மட்டும் ஆறு லட்சத்தைவிட அதிகம். எனவே எகிப்து நாட்டில் அடிமைகளாக வாழ்ந்த காலத்தில், இஸ்ரேலியப் பெண்கள் ஆண் குழந்தைகளைப் பெற்றுக்கொள்வதற்கு எகிப்திய அரசாங்கத்தால் தடை விதிக்கப் பட்டது. (யாத்ராகமம் - விடுதலைப் பயணம் 1:9,10,11,16).

மோசே என்னும் விடுதலை வீரர்

இந்நிலையில் கி. மு. 1500 வாக்கில் இஸ்ரேலிய இனத்தில் மோசே (Moses) என்னும் ஓர் ஆண் குழந்தை பிறந்தது. அரசனின் கட்டளைக்கு எதிராகப் பிறந்ததால், சில நாட்கள்வரை அதனை ரகசியமாக வளர்த்து வந்தனர். பின்னர் அதனை ஒரு பெட்டியில் வைத்து நைல் நதியில் விட்டுவிட்டனர்.

ஆற்றுக்கு வந்த எகிப்திய அரசி, அக்குழந்தையை எடுத்துச்சென்று தன் அரண்மனையில் வளர்க்கலானாள். அக்குழந்தை ஓர் இஸ்ரேலிய அடிமைக் குழந்தை என்பது அவளுக்குத் தெரிந்திருந்தது. ஆயினும் அரண்மனையில் வளர்ந்ததால் ஓர் அரசிளங்குமரனுக்கு உரிய அனைத்துச் சலுகைகளுடனும் மோசே வளர்க்கப்பட்டார். எனவே பல்வேறு நாடுகளின் வரலாறு, மதம், சட்டம், அரசியல் போன்றவற்றைப் படிக்கும் வாய்ப்பு அவருக்குக் கிடைத்தது. (அப்போஸ்தலர் நடபடிகள் - திருத்தூதர் பணிகள் 7:22).

மோசே வளர்ந்து பெரியவன் ஆனார். தன்னுடைய இனத்து மக்கள் அடிமைகளாகத் துன்புறுத்தப்படுவதைக் கண்டு, இஸ்ரேலியர்களின் விடுதலைக்காக பாடுபட முடிவு செய்தார். ஆனால் இஸ்ரேலியர்கள் விடுதலையில் ஆர்வம் எதுவுமின்றி அடிமைகளாக வாழ்வதையே விரும்பினர். (யாத்ராகமம் - விடுதலைப் பயணம் 14:11,12). எனவே அவர்கள் அனைவரையும் ஒற்றுமைப்படுத்தவும், அவர்களுக்கு விடுதலை உணர்வினை ஊட்டவும் தகுந்த வழிமுறைகளை அவர் ஆலோசித்தார்.

பழைய ஏற்பாட்டு மோசேயின் காலத்தில், எல்லோருக்கும் பொதுவான கடவுள் என ஒருவரும் இருக்கவில்லை. அப்படி எவரையும் பைபிள் அறியாமலிருந்தாலும், ஒவ்வொரு ஜாதிக்கும் தனித்தனியாக ஒரு கடவுள் இருந்ததையும், ஒவ்வொரு நாட்டுக்கும் தனித்தனிக் கடவுள் இருந்ததையும் பைபிள் குறிப்பிடுகிறது. இஸ்ரேலியர்கள் புதிதாக உருவாகிய இனம் என்பதால் அவர்களுக்கு உரிய கடவுள் என அதுவரை எவரும் அறியப்படவில்லை. தங்களுக்கெனச் சொந்தமாகக் கடவுள் இல்லாத நிலையில் பல்வேறு உருவச் சிலைகளையும் வேறு வேறு மக்களுடைய கடவுள்களையும் இஸ்ரேலியர்கள் வழிபட்டு வந்தனர் (ஆதியாகமம் - தொடக்க நூல் 31:30 மற்றும் 35:4 மற்றும் 24:2,14).

மோசே இந்தச் சூழ்நிலையைப் பயன்படுத்திக்கொள்ள முடிவு செய்தார். முதலில், இஸ்ரவேலின் வம்சாவளியினரை 'இஸ்ரேலியர்' எனப் பட்டியலிட்டார். பின்னர் அதன் உள்ளமைப்பாக ஜாதிகளை வரையறை செய்ய முயன்றார். இஸ்ரவேல் என்பவருக்குப் பன்னிரண்டு மகன்கள் இருந்தனர் என்பதை நாம் ஏற்கெனவே பார்த்தோம். அந்த மகன்களின் ஒவ்வொரு சந்ததியினரையும் ஒரு ஜாதியாக (Tribe)

எண்	மக்களினம்	கடவுளின் பெயர்	பைபிள் வசனங்கள்
1.	எக்ரோன் (Ekron)	பாகால் சேபூ (Baal-Zebub)	2 ராஜாக்கள்-அரசர்கள் 1:3
2.	ஆசிரியர் (Assyrians)	நெஸ்ரோக் (Nisroch)	2 ராஜாக்கள்-அரசர்கள் 19:35,37
3.	பெலிஸ்தியர் (Philistines)	தாகோன் (Dagon)	1 சாமுவேல் 5:1-2
4.	எமோரியர் (Amorites)	கெமோசு (Chemosh)	நீதிபதிகள் 11:23-24
5.	பாபிலோனியர் (Babylon)	சுகோத் பெனோத் (Succoth Benoth)	2 ராஜாக்கள்-அரசர்கள் 17:30
6.	கூத் (Cuth)	நேர்கால் (Nergal)	2 ராஜாக்கள்-அரசர்கள் 17:30
7.	ஹமாத் (Hamath)	அசிமா (Ashima)	2 ராஜாக்கள்-அரசர்கள் 17:30
8.	அவ்வியர் (Avites)	நிபகசு, தர்தாக் (Nibhaz, Tartak)	2 ராஜாக்கள்-அரசர்கள் 17:31
9.	செபர்வயர் (Sephervites)	அத்ரமலேக்கு, அன்னமலேக்கு (Adrammelech, Anammelech)	2 ராஜாக்கள்-அரசர்கள் 17:31

வகைப்படுத்தினார். இப்போது இஸ்ரேலியர்களுக்குப் பன்னிரண்டு ஜாதிகள் கிடைத்துவிட்டனர். இந்த ஜாதிகளுக்கென ஒரு கடவுளை ஏற்படுத்திவிட்டால், அந்த கடவுளே தம்மிடம் கூறியதாக இஸ்ரேலியர்களிடம் சொல்லி, தம் கொள்கைகளை நிறைவேற்றிவிடலாம் என மோசே முடிவு செய்தார். எனவே மோசேக்கு இந்நிலையில் ஒரு கடவுள் தேவைப்பட்டார்.

மோசேயின் கடவுள்

மோசேயும் அவருடைய சகோதரனாகிய ஆரோனும் (Aaron) இஸ்ரேலிய மக்களின் தலைவர்கள் அனைவரையும் ஒன்று கூட்டினார்கள். அவர்களிடம், 'ஒரு கடவுள் மோசேயைச் சந்தித்ததாகவும், இஸ்ரேலியர்களின் விடுதலைக்காக அவர் பாடுபடப் போவதாகவும், எனவே அனைத்து இஸ்ரேலியர்களும் மோசே சொல்லுகிறபடி கேட்டு நடந்துகொள்ள

வேண்டும்' என்றும் ஆரோன் அறிவித்தார். (யாத்ராகமம் - விடுதலைப் பயணம் 4:29-30). இஸ்ரேலியர்கள் அனைவரும் அதனை நம்பினர்.

அக்கடவுள் தன்னை, 'இஸ்ரேலியர்களின் முன்னோர்களுடைய கடவுள்' என்று அறிவித்துக்கொண்டதாக பைபிள் தெரிவிக்கிறது. பழைய ஏற்பாட்டு யாத்ராகமம் எனப்படும் விடுதலைப் பயணம் என்னும் நூலில் இத்தகவல் கீழ்க்கண்டவாறு அறிவிக்கப்படுகிறது.

கடவுள் மீண்டும் மோசேயை நோக்கிப் பின்வருமாறு கூறினார்: 'நீ இஸ்ராயேல் மக்களிடம், உங்கள் மூதாதையரின் கடவுளாகிய ஆண்டவர் - ஆபிரகாமின் கடவுள், ஈசாக்கின் கடவுள், யாக்கோபின் கடவுள் என்னை உங்களிடம் அனுப்பினார் என்று சொல். இதுவே என்றென்றும் என் பெயர்; தலைமுறை தலைமுறையாக என் நினைவுச் சின்னமும் இதுவே!' (3:15)

அதாவது, 'இஸ்ரேலிய மக்களின் மூதாதையராகிய ஆபிரகாம், ஈசாக்கு மற்றும் யாக்கோபு ஆகியோரின் கடவுள்' என்பதே அவருடைய பெயர் என கடவுள் அறிவிக்கிறார்.

இவ்வசனத்தில் மூன்று பேருடைய பெயர்கள் அறிவிக்கப்படுகின்றன. யாக்கோபு என்பவர் நாம் ஏற்கெனவே அறிந்திருக்கிற இஸ்ரவேல்; ஈசாக்கு (Isaac) என்பவர் இஸ்ரவேலுடைய தந்தை; ஆபிரகாம் (Abraham) என்பவர் இஸ்ரவேலின் தாத்தா.

இவ்வாறு இஸ்ரவேலருடைய 'இனக்கடவுளாக' (Tribal God) மோசே அவர்களுக்கு அக்கடவுளை அறிமுகப்படுத்தினார்.

இஸ்ரேலியர்களுக்கு எப்போது முதல் அவர் கடவுள் ஆனார்?

பைபிளின் கடவுள் கி.மு. 4000 வாக்கில் தோன்றியதாகப் பேசப்படுகிறது. ஏனெனில் அவர் தம்முடைய படைப்பைத் தொடங்கியது அக்கால கட்டத்தில்தான் என அறிகிறோம். அக்காலத்தில் முதல் மனிதனாக ஆதாம் (Adam) என்பவரைக் கடவுள் படைத்ததாகவும், அவருடைய ஒன்பதாவது தலைமுறையில் நோவா (Noah) தோன்றியதாகவும், அவருக்குப் பின் ஒன்பதாவது தலைமுறையில் ஆபிரகாம் தோன்றி யதாகவும், இக்கால கட்டங்களில் கடவுளும் அவர்களின் கூடவே இருந்ததாகவும் பைபிளில் எழுதப்பட்டுள்ளது. (ஆபிரகாமுக்குப் பின் 42-வது தலைமுறையில் இயேசு பிறந்திருக்கிறார். புதிய ஏற்பாடு - மத்தேயு 1:17. ஆக, ஆதாம் முதல் இயேசுவரைக்கும் 60 தலைமுறைகள்.)

இஸ்ரேலியர்களுக்கான உலகத்தைப் படைத்ததே அவர்களுடைய கடவுள்தான் என்று பைபிளில் எழுதப்பட்டிருந்தாலும், அதற்கு வாய்ப்பு இல்லை என்பதற்கும் பைபிளில் சான்றுகள் உள்ளன. அதாவது

பைபிளின் கடவுள் மோசேயின் காலத்தைச் சார்ந்தவர்தான் என்பதற்
கான சான்றுகள் பைபிளில் உள்ளன. அவற்றைக் காண்போம்.

(அ) இஸ்ரவேல் எனப்பட்ட யாக்கோபுவின் காலம் கி.மு. 1975. அவர்,
முதல் மனிதன் எனப்பட்ட ஆதாமின் 20-வது தலைமுறையினர்.
இஸ்ரவேல் காலத்துக்கும் பின்னர்தான் 'இஸ்ரேலிய ஜாதிகள்' உருவாயின.
கடவுள் தம்மை இஸ்ரேலியர்களின் கடவுளாக அறிவிக்கும்போதுகூட
ஆபிரகாமுக்கு முந்தையவர்களின் பெயர்களை மோசேயிடம் அறிவிக்க
வில்லை. ஜாதிகள் தோன்றுவதற்கு முன், ஜாதிகளின் கடவுள் தோன்றியிருக்க
முடியாது. கி.மு. 1975 வாக்கில் எகிப்துக்கு இஸ்ரவேல் சென்றபோது
அவரது குடும்பத்தினரின் மொத்த மக்கள் தொகை வெறும் 75.
அந்நிலையில் ஜாதிகளாக அவர்கள் வகைப்படுத்தப்படவும் இல்லை.
மோசேயின் காலத்தில்தான் மக்கள் தொகை கணக்கெடுக்கப்பட்டது.
அப்போது லேவி தவிர ஏனைய 11 ஜாதிகளிலிருந்தும் போரிடத் தகுந்த
ஆண்கள் மட்டும் 6 லட்சம் பேர் எனக் கண்டறியப்பட்டது. எனவே
ஜாதிகள் என வகைப்படுத்தப்படத் தகுந்த காலம் அதுவாகவே இருந்தது.

(ஆ) அவர்களின் கடவுள் கேட்டுக்கொண்டபடி, மோசேயும் ஆரோனும்
இஸ்ரேலிய மக்களின் தலைவர்களைச் சந்தித்து, அவர்களிடம்
அவர்களுக்குரிய கடவுளை அறிமுகப்படுத்தி முதன்முதலில் பேசினர்.
பின்னர், எகிப்திய மன்னனிடம் சென்று, தங்கள் கடவுளை
வழிபடுவதற்காக தங்களை எகிப்து நாட்டைவிட்டு வெளியே
அனுப்புமாறு வேண்டினர். உடனே மன்னன் அவர்களிடம்,

> யார் அந்த ஆண்டவர்? அவரது பேச்சைக்கேட்டு இஸ்ரயேலை நான் ஏன்
> அனுப்ப வேண்டும்? அந்த ஆண்டவரை நான் அறியேன்;
> இஸ்ரயேலை நான் போக விடவும் மாட்டேன் (யாத்ராகமம் -
> விடுதலைப்பயணம் 5:2)

என்கிறார். அதாவது, இஸ்ரேலியர்களின் கடவுள் பற்றி எகிப்திய
மன்னன் அதுவரையில் அறிந்திருக்கவில்லை; அந்த அளவுக்கு
இஸ்ரேலியர்களின் கடவுள் அனைவருக்கும் புதியவர்.

(இ) இஸ்ரேலிய மக்களின் விடுதலைக்காக எகிப்திய மன்னரிடம்
மோசே பேசியபின்னர், இஸ்ரேலிய மக்களுக்கு மன்னனால் தொல்லைகள்
அதிகரிக்கலாயின. எனவே மோசே கடவுளிடம் மீண்டும் வந்து, தன்
குறையைப் பற்றிப் பேசினார். உடனே கடவுள்,

> உங்களை நான் என் மக்களாகத் தேர்ந்தெடுப்பேன். உங்களுக்குக்
> கடவுளாக நான் இருப்பேன் (யாத்ராகமம் - விடுதலைப் பயணம்
> 6:7). (ஆங்கிலத்தில், 'I will take you as my people, and I will be your
> God' - Catholic edition)

என்று வாக்குறுதியளித்தார். இந்த வசனம் தருகிற தகவலின்படி இதுவரை இஸ்ரேலியர்களை அவர் தன்னுடைய மக்களாகத் தேர்வு செய்யவில்லை என்பதுவும், இனிமேல்தான் அவ்வாறு தேர்வு செய்யப் போவதாகவும் அறிவிக்கிறார். அதாவது, இந்த வசனம் எதிர்காலம் பற்றியே அறிவிக்கிறது.

(ஈ) இஸ்ரேலியர்கள் அனைவரும் எகிப்தைவிட்டு கி.மு. 1446-ல் மோசேயின் தலைமையில் வெளியேறினார்கள். அப்போது கடவுள் பற்றி மோசே கூறியதாக பைபிள் முக்கியமான சில வசனங்களைத் தருகிறது.

பின்னர், மோசே லேவியக் குருக்களோடு சேர்ந்து இஸ்ரயேல் மக்கள் அனைவருக்கும் சொன்னதாவது: 'இஸ்ரயேலே, கவனமாகக் கேள். **நீ இன்று** உன் கடவுளாகிய ஆண்டவரின் மக்களினம் ஆகியுள்ளாய். எனவே உன் கடவுளாகிய ஆண்டவரின் குரலுக்கு செவிகொடு. நான் இன்று உனக்கு விதிக்கும் அவர்தம் கட்டளைகளையும் நியமங் களையும் நிறைவேற்று. (உபாகமம் - இணைச்சட்டம் 27:9, 10).

அதாவது, இந்த வசனங்கள் கூறப்பட்ட நாளிலிருந்துதான் இஸ்ரேலியர்கள் அந்தக் கடவுளுடைய மக்களினம் ஆகியிருப்பதாக பைபிள் அறிவிக்கிறது.

(உ) பழைய ஏற்பாட்டுக்கால தீர்க்கதரிசிகளுள் ஒருவர் ஓசேயா (Hosea). இஸ்ரேலியர்களுடைய கடவுள் எப்போது அப்பொறுப்பினை ஏற்றுக் கொண்டார் என்பது பற்றிய தெளிவான தகவலை அவரும் தருகிறார்.

எகிப்து நாட்டினின்று உன்னை அழைத்து வந்த நாள்முதல் நானே உன் கடவுளாகிய ஆண்டவர்; விழா நாள்களில்போல மறுபடியும் உன்னை கூடாரங்களில் வாழச் செய்வேன் (ஓசேயா 12:9).

எகிப்து நாட்டினின்று உன்னை விடுவித்த நாள் முதல் நானே உன் கடவுளாகிய ஆண்டவர்; என்னைத் தவிர வேறு கடவுளை நீ அறியாய்; என்னையன்றி வேறு மீட்பரும் இல்லை (ஓசேயா 13:4).

எகிப்தில் அவர்கள் அடிமையாகிப்போனது கி.மு. 1975-ல். கி.மு. 1500-ல் மோசேயின் பணி தொடங்கியது. அக்கால கட்டத்தில்தான் மோசேயைக் கடவுள் சந்தித்து தம்மை அவருக்கு அறிமுகம் செய்து கொண்டார். ஓசேயா தீர்க்கதரிசியும் எகிப்தில் இஸ்ரேலியர்கள் வசிக்கத் தொடங்கியதற்குமுன் அவர்களுக்கு கடவுள் எவரும் இல்லை என்பதையும், எகிப்தில் அவர்கள் வசிக்கத் தொடங்கிய பின்னரே கர்த்தர் என்றும் ஆண்டவர் என்றும் அறியப்படுகிற யெகோவா என்பவர் அவர் களுடைய கடவுளாகச் செயல்படத் தொடங்கியதையும் அறிவிக்கிறார்.

இவ்வாறு, இஸ்ரேலியர்களுடைய கடவுளாக யெகோவா பொறுப் பேற்றுக் கொண்டது, மோசேயின் காலத்தில்தான் என்பதை பைபிள் அறிவிக்கிறது.

இஸ்ரேலியக் கடவுளின் உருவமும் குணங்களும்

பொதுவாக இஸ்ரேலியர்களும் கிறிஸ்தவர்களும் உருவங்களை வழிபடும் நடைமுறையைக் கண்டனம் செய்வர். தங்களுக்கென ஒரு கடவுள் அறிமுகம் ஆவதற்குமுன் அவர்கள் பல்வேறு உருவங்களை வழிபட்டு வந்தனர். தங்களுக்கென ஒரு கடவுளை மோசே அறிமுகப்படுத்தியபின் அவர்கள் மேற்கொண்டு எந்த உருவ வழிபாட்டையும் செய்யக்கூடாது என்ற தடை ஏற்பட்டிருந்தது. ஆனால், தம் சொந்தக் கடவுளுக்கு ஓர் உருவம் இருந்ததை பைபிள் ஏற்றுக்கொள்கிறது. மோசேயினால் அறிவிக்கப்பட்ட கடவுள் மனித உருவில் இருந்ததாகவே பைபிள் அறிவிக்கிறது (ஆதியாகமம் - தொடக்க நூல் 1:26 மற்றும் 9:6).

அக்கடவுளுக்குச் சில குணங்கள் இருந்ததாகவும் மோசே அறிவிக்கிறார். கோபம், பொறாமை, பழிவாங்குதல், பாரபட்சம் காட்டுதல் முதலியன அவருடைய குணங்களாக இருந்தன என்று பைபிள் அறிவிக்கிறது (உபாகமம் - இணைச்சட்டம் 9:8 மற்றும் 6:14,15 மற்றும் எசாயா 35:4 மற்றும் யாத்ராகமம் - விடுதலைப்பயணம் 11:7). புரோட்டஸ்டண்ட் மற்றும் பொது மொழிபெயர்ப்பில் 'பொறாமை' என்ற சொல் தவிர்க்கப் பட்டுள்ளது. எனவே ஆங்கில மொழிபெயர்ப்பைக் காண்போம்.

Do not follow other gods, any of the gods of the peoples who are all around you, because the Lord your God, who is present with you, is a jealous God (Deuteronomy 6:14,15 Catholic Edition).

ஆக, மனித உருவமும் மனித குணங்களும் உடைய ஒரு கடவுளையே இஸ்ரேலியர்களின் கடவுளாக மோசே அறிமுகப்படுத்தினார்.

இஸ்ரேலியர்களின் கடவுளும் அவருடைய பல்வேறு பெயர்களும்

'ஆபிரகாமின் கடவுள், ஈசாக்கின் கடவுள், யாக்கோபின் கடவுள்' என்பதுவே சதா காலத்துக்கும் தனக்குரிய பெயர் என்று தன் பெயரைக் கடவுளே அறிவித்துக்கொண்டார் என்பதை நாம் பார்த்தோம். ஆயினும் பல்வேறு சூழ்நிலைகளில், அவருடைய தொழில் மற்றும் பண்புகள் அடிப்படையில் வேறு வேறு பெயர்கள் அவருக்கு வழங்கப்பட்டிருக் கின்றன. அவை அனைத்தும் ஹீப்ரு (Hebrew) மொழியில் உள்ளன. பெரும்பாலான ஹீப்ருச் சொற்கள் ஏனைய மொழிகளில் பயன்படுத்தப் படவில்லை. இவை பற்றிய விவரங்கள் Harper's Bible Dictionary என்ற நூலில் தரப்பட்டுள்ளன. அப்பெயர்களைப் பற்றிக் காண்போம்.

- உங்கள் மூதாதையரின் கடவுள் (யாத்ராகமம் - விடுதலைப் பயணம் 3:6 மற்றும் 4:5)

- ஆபிரகாமின் கடவுள், ஈசாக்கின் கடவுள், யாக்கோபின் கடவுள் (யாத்ராகமம் - விடுதலைப் பயணம் 3:15)

- இருக்கின்றவராக இருக்கிறவர் (I am who I am) (யாத்ராகமம் - விடுதலைப் பயணம் 3:14)

- பொறாமையுள்ள கடவுள் (The Lord whose name is Jealous) (Exodus 34:14 King James version, Catholic edition, Thompson student Bible. ஆனால் Good News Bible, இதனை 'I, the LORD, tolerate no rivals' என்று மொழிபெயர்க்கிறது. தமிழில், கத்தோலிக்க மொழிபெயர்ப்பில், 'பொறாதவர்' என்றும், புரோட்டஸ்டண்ட் மொழிபெயர்ப்பில் 'எரிச்சலுள்ள தேவன்' என்றும், பொது மொழிபெயர்ப்பில் 'வேற்றுத் தெய்வ வழிபாட்டைச் சகிக்காதவர்' என்றும் மொழிபெயர்த்துள்ளனர். யாத்ராகமம் - விடுதலைப் பயணம்; 34:14).

- இஸ்ரேலிய இராணுவங்களின் தேவன் (The God of the armies of Israel) (புரோட்டஸ்டண்ட் மொழிபெயர்ப்பு, Catholic Edition 1 சாமுவேல் 17:45. 'படைகளின் ஆண்டவர்' என்பது பொது மொழிபெயர்ப்பு. The Lord Almighty என்பது Good News Bible.)

- படைகளின் ஆண்டவர் (The Lord of Hosts) (எரோமியா 10:16. Good News Bible, The Lord Almighty என்று குறிப்பிடுகிறது).

- யாவே - YHWH (Yahweh) - இருக்கிறவர் - to be. (பழைய ஏற்பாட்டில் சுமார் 6800 தடவைக்குமேல் இந்தச் சொல் பயன்படுத்தப்பட்டுள்ளது. மொழிபெயர்ப்பு நூல்களில் இதற்குப் பதிலாக வேறு பெயர்கள் தரப்பட்டுள்ளன).

- அடோனாய் - Adonai - எல்லாம் வல்ல கடவுள் (கத்தோலிக்க மொழிபெயர்ப்பு யாத்ராகமம் - விடுதலைப் பயணம் 6:3. அடோனாய் என்ற பெயர் வேறு தமிழ் மொழிபெயர்ப்புகளில் இல்லை. இது ஒரு ஹீப்ரு மொழிச் சொல். யாவே என்ற பெயர் பயன்படுத்தப்படும் இடங்களில் மரியாதை நிமித்தமாக அச்சொல்லை வழங்காமல் அடோனாய் என்பதைப் பயன்படுத்துகின்றனர்).

- யெகோவா - Jehovah. இடைக்காலக் கிறிஸ்தவர்களால் யாவே என்ற யூதப் பெயருக்குப் பதிலாக இது பயன்படுத்தப்பட்டது.

- ஏல் - El. கடவுள் என்று பொருள். ஹீப்ரு மொழிச் சொல்.

- ஏல் சடாய் - El Shaddai. ஹீப்ரு மொழிச் சொல்.

- எலோா - Eloah - கடவுள் என்று பொருள்.

- எலோாஹிம் - Elohim - கடவுள்.

- ஏல் எலியோன் - El Elyon - உன்னதமான கடவுள் - God most high. ஹீப்ரு மொழிச் சொல்.

- ஏல் ஓலம் - El Olam - என்றும் உள்ள கடவுள் - God eternal. ஹீப்ரு மொழிச் சொல்.

- ஏல் பெரித் - El Berith - உடன்படிக்கையின் கடவுள் - God of the covenant. ஹீப்ரு மொழிச் சொல்.

- ஏல் ராய் - El Roi - பார்க்கப்படும் கடவுள் - God of Seeing. (ஆதியாகமம் - தொடக்க நூல் 16:13). ஹீப்ரு மொழிச் சொல்.

- யெகோவாயீரே - Jehovah-jireh - கர்த்தருடைய மலையிலே பார்த்துக்கொள்ளப்படும் - The Lord Provides. (ஆதியாகமம் - தொடக்க நூல் 22:14 - பொது மொழிபெயர்ப்பு).

- யெகோவா நிசி - Jehovah - nissi - கடவுள் என்னை உயர்த்தினார். (யாத்ராகமம் - விடுதலைப் பயணம் 17:15 - பொது மொழிபெயர்ப்பு).

- யெகோவா சாலோம் - Jehovah-Shalom - ஆண்டவர் எங்கள் சமாதானம். (நியாயாதிபதிகள் 6:24 - புரோட்டஸ்டண்ட் மொழி பெயர்ப்பு).

- யெகோவா ஷம்மா - Jehovah-shamma - கடவுள் இங்கே இருக்கிறார். (எசேக்கியேல் 48:35 - புரோட்டஸ்டண்ட் மொழிபெயர்ப்பு).

இதுவரை நாம் இஸ்ரேலியர்களுக்காக மோசேயினால் அறிமுகப்படுத்தப் பட்ட கடவுள் பற்றிப் பார்த்தோம். மீண்டும் பைபிள் வரலாற்றுக்கு வருவோம்.

தம் கடவுளின் பெயரால் அனைத்து இஸ்ரேலிய மக்களையும் மோசே ஒற்றுமைப்படுத்தினார். அவர்களின் பிரதிநிதிகளாகத் தம்மையும் தம் சகோதரன் ஆரோனையும் முன்னிலைப்படுத்தி, எகிப்திய மன்னன் பாரவோனிடம் சென்று தங்கள் விடுதலைக்கான கோரிக்கையை வைத்தார். முதலில் மன்னன் மறுத்தாலும், இறுதியில் அவர்கள் வெளியேறுவதற்கு அனுமதித்தார். கி.மு. 1446-ல் எகிப்தைவிட்டு இஸ்ரேலியர்கள் வெளியேறினார்கள். எகிப்திலிருந்து வெளியேறும் போது, 'புறஜாதியினராகிய எகிப்தியர்களைக் கொள்ளையடித்துச் செல்லுமாறு' தம் பிள்ளைகளாகிய இஸ்ரேலியர்களுக்கு அவர்களுடைய கடவுள் உத்தரவிட்டார். (யாத்ராகமம் - விடுதலைப் பயணம் 3:21-23). அவர்களும் அவ்வாறே புறஜாதியினரைக் கொள்ளையடித்துச் சென்றார்கள். (யாத்ராகமம் - விடுதலைப் பயணம் 12:35,36).

ஜாதிகளும் புறஜாதிகளும்

இஸ்ரவேல் என்பவருடைய பன்னிரண்டு மகன்களும் பன்னிரண்டு ஜாதியினராக வகைப்படுத்தப்பட்டுள்ளனர். அவர்களை ஜாதிகள், சகல ஜாதிகள், மக்கள், மக்களினம் (tribes, all the tribes, nations) போன்ற சொற்களால் பைபிள் குறிப்பிடுகிறது. பைபிளுக்குரிய மக்களாகவும் பைபிளின் கடவுளுக்குரிய மக்களாகவும் தேர்ந்தெடுத்துக் கொள்ளப் பட்டவர்கள் இவர்கள் மட்டுமே. இஸ்ரவேலனாகிய யாக்கோபுவின் பாட்டனாகிய ஆபிரகாமிடம் ஒரு தடவை இதுபற்றிக் கடவுள் பேசும்போது, 'உனக்கும் உனக்குப்பின் வரும் உன் வழிமரபினர்க்கும் நான் கடவுளாய் இருப்பேன்' (ஆதியாகமம் - தொடக்கநூல் 17:7) என்று கூறினார். மேலும் இஸ்ரேலியர்களைப் பார்த்து,

> இப்பொழுது நீங்கள் என் வாக்கை உள்ளபடி கேட்டு, என் உடன் படிக்கையைக் கைக்கொள்ளுவீர்களானால், சகல ஜனங்களிலும் நீங்களே எனக்குச் சொந்த சம்பத்தாயிருப்பீர்கள்; பூமியெல்லாம் என்னுடையது (யாத்ராகமம் - விடுதலைப் பயணம் 19:5).

என்று கூறினார். இதே தகவலை எரோமியா தீர்க்கதரிசியும் கூறுகிறார். கடவுளைப் பற்றி எரோமியா கூறும்போது, 'அவரது உரிமைச் சொத்தாகிய இஸ்ரயேல் இனத்தை உருவாக்கியவரும் அவரே; படைகளின் ஆண்டவர் என்பது அவரது பெயராகும்' (எரோமியா 10:16) என்று குறிப்பிடுகிறார். மேலும் 'நான் இஸ்ரயேல் மக்களிடையே குடியிருப்பேன்; அவர்களுக்குக் கடவுளாயிருப்பேன்' என்றுகூறி இஸ்ரேலிய மக்களுக்கு மட்டுமே தாம் கடவுளாக இருப்பதாக அறிவிக்கிறார் (யாத்ராகமம் - விடுதலைப் பயணம் 29:45,46).

இவ்வாறு, இஸ்ரேலியர்களுக்கு மட்டுமே தாம் கடவுளாக இருப்பதாக அவர் அறிவித்துவிட்டதால், பன்னிரண்டு இஸ்ரேலிய ஜாதிகளும் அவருடைய சொந்த ஜாதிகள் என பைபிள் அறிவிக்கிறது. அந்தப் பன்னிரண்டு ஜாதிகள் தவிர உலகில் உள்ள ஏனைய ஜாதிகள் அனைத்தும் 'புறஜாதியார்' என்று அழைக்கப்படுகின்றன. அதாவது, பைபிளின் கடவுளுக்கும் பைபிளுக்கும் வெளியே உள்ள மக்கள் என்பது இதன் பொருள். இவர்களை 'புறஜாதியார்' என்று புரோட்டஸ்டண்ட் மொழிபெயர்ப்பும், 'பிறவினத்தார்', 'வேற்றினத்தார்', 'அந்நியர்' என்று பொது மொழிபெயர்ப்பும் கத்தோலிக்க மொழிபெயர்ப்பும் கூறுகின்றன. (எசாயா 42:6 மற்றும் 61:6 மற்றும் எரோமியா 10:2 மற்றும் 16:19 மற்றும் யோவேல் 3:2,9 மற்றும் எசேக்கியேல் 22:4 மற்றும் ஓசே 8:8,10 மற்றும் யாத்ராகமம் - விடுதலைப் பயணம் 21:8).

புறஜாதியாரை தம்முடைய எதிரிகளாக நடத்தவேண்டும் என்று தம் பிள்ளைகளுக்கு பைபிளின் கடவுள் உத்தரவிட்டார். புறஜாதியினருடன்

உடன்படிக்கை எதுவும் செய்யக்கூடாது; புறஜாதிப் பெண்களைத் திருமணம் செய்யக்கூடாது; புறஜாதியாரின் நலன் நாடுவதோ அல்லது நல்லுறவுடன் அவர்களோடு வாழ்வதோ கூடாது; தங்களுக்கு அடிமைகள் தேவைப்பட்டால் அவர்களைப் புறஜாதியாரிடமிருந்து தான் இஸ்ரேலியர்கள் பெற்றுக்கொள்ளவேண்டும்; புறஜாதியாருடன் கலந்து வாழ்ந்தால் இஸ்ரேலிய சமூகம் தீட்டுப்பட்டுவிடும் என்பன போன்ற அறிவுரைகள் பைபிளின் கடவுளால் அவருடைய பிள்ளை களுக்கு வழங்கப்பட்டிருந்தன (யாத்ராகமம் - விடுதலைப் பயணம் 34:15,16 மற்றும் உபாகமம் - இணைச்சட்டம் 7:1-5 மற்றும் லேவியர் 25:42-45 மற்றும் எஸ்றா 9:11-15). இவ்வாறு கூறி புறஜாதியார்மீது தீண்டாமையை அவர் திணித்தார்.

ஆங்கிலத்தில் புறஜாதியார் என்பதை gentiles அல்லது foreigners என்று எழுதுகிறார்கள்.

பைபிளும் மொழிபெயர்ப்பாளர்களும்

பழைய ஏற்பாட்டு நூல்கள் எபிரேய மொழியில் (Hebrew) எழுதப் பட்டு, அலெக்சாண்டருக்குப்பின் கிரேக்க மொழிக்கு மொழி பெயர்க்கப்பட்டன. புதிய ஏற்பாட்டு நூல்கள் எபிரேயம் மற்றும் கிரேக்க மொழிகளில் எழுதப்பட்டன. ரோமானியர்களின் ஆட்சியின் போது அவை லத்தீன் மொழியில் மொழிபெயர்க்கப்பட்டன.

கி.பி. 1324-ல் இங்கிலாந்தில் தோன்றிய ஜான் வைக்ளிப் (John Wyclif) என்பவர் லத்தீன் மொழியிலிருந்து பைபிளை முதன்முதலில் ஆங்கிலத்துக்கு மொழிபெயர்த்தார். பைபிளை வேறு மொழிகளில் மொழிபெயர்த்தது குற்றம் என கி.பி. 1382-ல் லண்டனில் நடந்த ஓர் ஆலோசனைச் சங்கத்தில் முடிவு செய்யப்பட்டது. கி.பி. 1384-ல் ஜான் வைக்ளிப் மரணமடைந்தார்.

அவர் மரணமடைந்து 35 ஆண்டுகளுக்குப் பிறகு நடந்த கான்ஸ்டன்ஸ் பேரவையில் அவர் 'சமயத்துரோகி' என அறிவிக்கப்பட்டார். எனவே அவர் எழுதிய நூல்களை எரிக்கவும் அவருடைய எலும்புகளைத் தோண்டி தூரமான இடத்தில் வீசி எறியவும் கட்டளை பிறப்பிக்கப் பட்டது. அவருடைய எலும்புகள் தோண்டி எடுக்கப்பட்டு, எரிக்கப் பட்டு, சாம்பல் ஸ்விப்ட் என்ற ஆற்றில் வீசி எறியப்பட்டது. (கிறிஸ்தவம் நடந்து வந்த பாதை, டாக்டர் ஜவி பீட்டர், பக்கம் 160). இது போல வில்லியம் டின்டேல் (William Tyndale) என்பவரும் பல்வேறு பிரச்சனைகளை சந்தித்தார். இவ்வாறு பல்வேறு எதிர்ப்புகளுக்கு இடையே பைபிள் பிற மொழிகளில் மொழிபெயர்க்கப்பட்டது. அவ்வாறு மொழிபெயர்க்கப்பட்டபோது, பைபிள் கருத்துகளைத் தங்கள் விருப்பம்போல மொழிபெயர்ப்பாளர்கள் சிதைத்து எழுதினர்.

பைபிளில் கூறப்பட்டுள்ள ஜாதிகளுக்குரிய குறிப்புகளைக்கூட அடையாளம் தெரியாமல் செய்தனர். அதுசார்ந்த கருத்துகளைக் காண்போம்.

புறஜாதியாருக்கு எதிரான விஷயங்களில் வார்த்தை மாற்றம்

பைபிள் இஸ்ரேலிய ஜாதிகளின் நூல். இஸ்ரேலியர்களின் கடவுள், புறஜாதியார்க்கு எதிராகச் செயல்பட்டது மட்டுமின்றி, தம் பிள்ளை களையும் அவ்வாறே செயல்படும்படி வலியுறுத்தினார். ஆனால் மொழிபெயர்ப்பாளர்கள் பைபிளின் ஜாதிக்குரிய நிறத்தை மறைக்க விரும்பினர். எனவே மொழிபெயர்ப்புகளில் வார்த்தைகளைப் பயன் படுத்தும்போது ஜாதிகள் என்பதற்குப் பதிலாக பொதுவான வார்த்தை களையோ அல்லது வேறுவிதமான வார்த்தைகளையோ கையாண்டனர். உதாரணமாக, பிற்காலத்தில், மெசியா வரும்போது நடக்கப்போவதாக எழுதப்பட்டுள்ள வசனங்களுள் சிலவற்றைக் கூறலாம்.

இஸ்ரேலியர்கள் எருசலேமில் வாழ்ந்தபோது, கி.மு. 586-ல் நெபுகத்நெசர் என்ற பாபிலோனிய அரசனின் படையெடுப்பினால் வீழ்ச்சி அடைந்தனர். அப்போது எருசலேம் ஆலயத்தில் இருந்த அவர்களுடைய கடவுள், தம் மக்களைக் கைவிட்டுவிட்டு வெளியேறினார். (பழைய ஏற்பாடு எசேக்கியேல் 9:3 மற்றும் 10:4,18,19). பின்னர் சூழ்நிலை சரியானதும் அவர் மீண்டும் எருசலேமுக்குத் திரும்பி வரப்போவதாக வும் (பழைய ஏற்பாடு எசாயா 52:8 மற்றும் சகரியா 8:3) அவ்வாறு வரும்போது புறஜாதியார்களை அவர் பழிவாங்கப் போவதாகவும் பைபிள் அறிவிக்கிறது. பொது மொழிபெயர்ப்பு மற்றும் கத்தோலிக்க மொழிபெயர்ப்புகளில் இத்தகவல் தெளிவாக வெளிப்படும்விதமாக மொழிபெயர்க்கப்பட்டுள்ளது. அதாவது 'நம் கடவுள் அநீதிக்குப் பழிவாங்கும் நாளை அறிவிக்கவும் துயருற்று அழுவோர்க்கு (இஸ்ரேலியர்க்கு) ஆறுதல் கூறவும் (எசாயா 61:2)' எசாயா தீர்க்கதரிசியைக் கடவுள் தேர்ந்தெடுத்து அனுப்பிவைத்ததாகத் தகவல் தருகிறது. அவ்வாறு பழிவாங்கும் விதமாய் அவர் வரும்போது, புறஜாதியரைக் கொள்ளையடிப்பது பற்றியும் ஒரு தகவலை எசாயா கூறுகிறார். இத்தகவலை, பெரும்பாலான மொழி பெயர்ப்பாளர்கள் இருட்டடிப்புச் செய்து மறைத்து விடுகின்றனர். அதாவது உண்மையில் இஸ்ரேலியர்களைப் பற்றி பழைய ஏற்பாட்டு எசாயா எழுதும்போது,

> நீங்களோ ஆண்டவரின் குருக்கள் என்று அழைக்கப்படுவீர்கள்; பிற இனத்தாரின் செல்வத்தைக் கொண்டு நீங்கள் உண்பீர்கள்; அவர்களின் சொத்தில் நீங்கள் பெருமை பாராட்டுவீர்கள். (எசாயா 61:6 பொது மொழிபெயர்ப்பு.)

என்று கூறுகிறார். கத்தோலிக்க மொழிபெயர்ப்பும் இதே தகவலைத் தருகிறது. ஆங்கிலத்தில் King James Version இதனை ஒப்புக்

கொள்கிறது. ஆனால் ஏனைய ஆங்கில மொழிபெயர்ப்புகளும் புரோட்டஸ்டண்ட் தமிழ் மொழிபெயர்ப்பும் 'புறஜாதியார் சொத்துக் கள் இஸ்ரேலியர்களால் கொள்ளையடிக்கப்படும்' என்கிற தகவலைப் பதிவு செய்யவில்லை. புரோட்டஸ்டண்ட் மொழிபெயர்ப்பில்,

> நீங்களோ கர்த்தரின் ஆசாரியரென்று சொல்லப்படுவீர்கள்; உங்களை நமது தேவனுடைய பணிவிடைக்காரர் என்பார்கள்; நீங்கள் 'ஜாதிகளின்' செல்வத்தை அனுபவித்து, அவர்கள் மகிமையைக் கொண்டு மேன்மை பாராட்டுவீர்கள்.

என்று குறிப்பிடப்பட்டுள்ளது. பிற ஆங்கில மொழிபெயர்ப்புகளிலும் இதே பொருள் வரும்படி எழுதப்பட்டுள்ளன.

இவ்வாறு, பைபிளின் கடவுளுக்கு இழுக்கு வராமல் பைபிள் மொழி பெயர்ப்பாளர்கள் அவரைப் பாதுகாக்கிறார்கள். எனவே பைபிளை வாசிக்கும்போது, மிகவும் விழிப்புடன் இருக்கவேண்டியது அவசியமாகும்.

தமிழ் மொழிபெயர்ப்புகளில் உள்ள மேலும் சில விஷயங்களைக் காண்போம்.

இஸ்ரேலியர்களின் ஜாதிகளைப்பற்றி எழுதவேண்டிய இடங்களில் கோத்திரம் என்று மொழிபெயர்க்கிறார்கள். இது சரியானதல்ல. 'ஜாதிகள்' என்ற சொல்லை அவர்கள் தவிர்த்துவிடுகிறார்கள். ஆனால் வேற்றினத்தாரைக் குறிப்பிட்டு எழுதும்போது, 'புறஜாதி' என்றும் 'பிறவினத்தார்' என்றும் துணிந்து எழுதுகிறார்கள். பைபிளுக்கு வெளியே உள்ள இவர்கள் 'புறஜாதியினர்' என்றால் பைபிளின் மக்களாகிய அவர்கள் 'அக ஜாதியினர்' என்று எழுதுவதுதான் பொருத்த மானதாகும். ஆனால் இஸ்ரேலியர்களைப் பற்றிக் குறிப்பிடும் இடங்களில் 'ஜாதிகள்' என்பதற்குப் பதிலாக 'குலம்' அல்லது 'கோத்திரம்' என்ற சொல்லைப் பயன்படுத்துகிறார்கள்.

பைபிளின் ஆங்கில மொழிபெயர்ப்புகளில் 'Tribes' என்ற சொல் பயன்படுத்தப்பட்டுள்ளது. அதனை 'ஜாதிகள்' என்று குறிப்பிடுவதே சரியானதாகும். 'கோத்திரம்' என்ற சொல்லைப் பயன்படுத்துவது சரியானதல்ல. ஏனெனில் கோத்திரம் என்பது பண்பாட்டின் அடிப்படை யிலான ஒரு சொல். அச்சொல்லை ஒருவர் பயன்படுத்தும்போது, அந்தச் சொல் கொண்டுள்ள பண்பாட்டின்மீது கவலை கொள்ளாமல், ஒரு 'மக்கள் குழுவினர்' எனும் கண்ணோட்டத்தில் மட்டும் பயன் படுத்துவது தவறானதாகும்.

இந்தியக் கலாசாரத்தில், திருமண உறவுக்காக ஒரு குறிப்பிட்ட கோத்திரத்தைச் சார்ந்த ஓர் ஆணுக்குப் பெண் பார்க்கும்போது,

அப்பெண் அதே கோத்திரத்தைச் சார்ந்தவளாக இருக்கக்கூடாது. ஏனெனில் ஒரே கோத்திரம் என்பது சகோதர கோத்திரம். ஒருவர் தன் சகோதரியைத் திருமணம் செய்ய முடியாது. ஆனால் ஜாதி என்பது நேர்மாறானது. ஜாதிக்குள்ளே திருமணம் நடத்துவது, ஒரு மரபாகவே உள்ளது. ஒரு ஜாதியினர் வேறு ஜாதியிலிருந்து பெண் எடுப்பதும் தவறில்லை.

இவ்வாறு கோத்திரம் அல்லது குலம் என்பன போன்ற சொற்களைப் பயன்படுத்தி மொழிபெயர்ப்புகள் செய்யப்படுவதன் மூலம் பைபிளின் உண்மையான நோக்கம் சிதைக்கப்படுகிறது.

பழைய ஏற்பாட்டு நூல்களுள் முதல் நூல்களை மோசே எழுதுதல்

எகிப்தை விட்டு வெளியே வந்தபின்னர்தான் மோசே தம்முடைய ஐந்து நூல்களையும் எழுதத் தொடங்கியிருக்கவேண்டும்.

கி.மு. 1975-ம் ஆண்டைச் சார்ந்த யாக்கோபு எனப்பட்ட இஸ்ரவேல், ஒரு குடும்பம் என்ற முறையில் எகிப்துக்குச் சென்றது, கி.மு. 1930 வாக்கில். மோசேயின் காலத்தில் இத்தகவலை அனைத்து இஸ்ரேலியர்களும் நினைவில் வைத்திருக்க வாய்ப்பு உண்டு. இஸ்ரவேலின் தந்தையாகிய ஈசாக்கு என்பவரையும், ஈசாக்குவின் தந்தையும் இஸ்ரவேலின் பாட்டனாருமான ஆபிரகாம் என்பவரையும் மோசேயினால் அடையாளம் கண்டிருக்க முடியும். ஆனால் பைபிளில் ஆபிரகாமுக்கு முன் பதினெட்டு தலைமுறைகள், ஆதாமிலிருந்து தொடங்கி எழுதப்பட்டுள்ளன. அவை உண்மைச் சம்பவங்களாக இருக்க வாய்ப்பு இல்லை. வரலாற்று அறிஞர்களும் அவ்வாறே கருதுகின்றனர். ஆயினும் அவற்றைச் சுருக்கமாகக் காண்போம்.

கி.மு. 4000 வாக்கில் பைபிளின் கடவுள் உலகைப் படைக்க விரும்பினார். முதல் நாள் பகலையும் இரவையும் படைத்தார்; இரண்டாம் நாள் வானத்தை உருவாக்கினார்; மூன்றாம் நாள் நிலம், கடல் மற்றும் புல் பூண்டுகளையும்; நான்காம் நாள் சூரிய சந்திர நட்சத்திரங்களையும்; ஐந்தாம் நாள் மீன்கள், பறவைகள் ஆகியவற்றையும் உருவாக்கினார்; ஆறாம் நாள் காட்டு விலங்குகளையும் முதல் மனிதனாகிய ஆதாமையும் படைத்தார்; ஏழாம் நாள் ஓய்வெடுத்தார்.

ஆதாம், ஏதேன் (Eden) என்னும் ஒரு தோட்டத்தில் குடியமர்த்தப் பட்டார். அவருக்கு ஒரு பெண்துணை வேண்டும் என்று கருதிய கடவுள், ஆதாம் தூங்கிக்கொண்டிருந்தபோது அவருடைய விலா எலும்புகளில் ஒன்றினை உருவி அதனை ஏவாள் (Eve) என்னும் பெண்ணாக மாற்றினார். பிற்காலத்தில், பெண்களின் உரிமை பறிக்கப்பட இதுவே காரணமாகக் கூறப்பட்டது. ஆணுக்காகப் பெண் படைக்கப்பட்டதாலும் ஆணிலிருந்து பெண் படைக்கப்பட்டிருப்பதாலும் பெண்கள்

எப்போதும் ஆண்களுக்கு அடிமையாகத்தான் இருக்கவேண்டும் என்று பைபிள் நிர்பந்தம் செய்கிறது. (1 கொரிந்தியர் 11:8,9 மற்றும் 14:34,35). பைபிள், பெண்களுக்கு சுதந்திரம் வழங்குவதற்கு அனுமதிக்கவில்லை.

மோசேதான் நூல் எழுதினாரா?

கடவுள் ஆதாம் என்னும் முதல் மனிதனை ஏதேன் தோட்டத்தில் குடியமர்த்தினார் என்று பார்த்தோம். படைப்பின் தொடக்கத்திலேயே பல நாடுகள் பற்றி பைபிள் பேசுகிறது. அவற்றுள் அசிரியா நாடு நமக்கு மிகவும் அறிமுகமானதாக இருக்கிறது. அசிரியப் பேரரசின் காலம் கி.மு. 1300 முதல் கி.மு. 606 வரை. அசிரியா தோன்றிய காலமான கி.மு. 1300 என்பது, மோசேயின் காலத்துக்கும் 200 ஆண்டுகளுக்குப் பிந்தையது. எனவே பைபிள் எழுதப்பட்ட காலமானது மோசேயின் காலத்துக்கும் பிந்தையதாக இருக்கலாம்.

மேலும் மோசேயின் மரணம் பற்றியும் அவர் அடக்கம் செய்யப்பட்ட இடம் பற்றியும் (உபாகமம் - இணைச்சட்டம் 34:6, 7) மோசே எழுதியதாகக் கருதப்படும் நூலில் எழுதப்பட்டுள்ளது. தன்னை அடக்கம் செய்த விபரங்களை மோசேயே எழுதியிருக்க முடியாது. மேலும், 'ஆனால் இன்றுவரை எந்த மனிதருக்கும் அவரது கல்லறை இருக்குமிடம் தெரியாது' (உபாகமம் - இணைச்சட்டம் 34:6) என்றும் எழுதப்பட்டுள்ளது. எனவே கல்லறையை அடையாளம் காணமுடியாத படி அது அழிந்துபோன பின்னரே இந்நூல்கள் எழுதப்பட்டிருக்க வேண்டும். ஆகவே, மோசே எழுதியதாகக் கருதப்படும் பழைய ஏற்பாட்டின் முதல் ஐந்து நூல்களையும் மோசே எழுதியிருக்க வாய்ப்பில்லை என்பதை அறியலாம். இனி வரலாற்றின் தொடர்ச்சியைக் காண்போம்.

யார் உண்மையான இரட்சகர்?

ஏதேன் தோட்டத்தில் குடியமர்த்தப்பட்ட ஆதாமிடம் கீழ்க்கண்ட அறிவுரையைக் கடவுள் வழங்கியிருந்தார்:

தோட்டத்திலிருக்கும் எந்த மரத்திலிருந்தும் உன் விருப்பம்போல் நீ உண்ணலாம். ஆனால் நன்மை தீமை அறிவதற்கு ஏதுவான மரத்திலிருந்து மட்டும் உண்ணாதே; ஏனெனில் அதிலிருந்து உண்ணும் நாளில் சாகவே சாவாய். (ஆதியாகமம் - தொடக்க நூல் 2:16, 17)

கடவுள் படைத்த விலங்குகளுள் ஒன்றான பாம்பு, ஏவாள் என்ற பெண்ணிடம் சென்று, அம்மரத்தின் கனியைச் சாப்பிடலாம் என்றும், அது நல்லது என்றும் கூறியது. அப்போது பாம்பு அப்பெண்ணிடம்,

'நீங்கள் சாகவே மாட்டீர்கள்; ஏனெனில் நீங்கள் அதிலிருந்து உண்ணும் நாளில் உங்கள் கண்கள் திறக்கப்படும். நீங்கள்

கடவுளைப்போல் நன்மை தீமை அறிவீர்கள் என்பது கடவுளுக்குத் தெரியும். (ஆதியாகமம் - தொடக்க நூல் 3:4,5)

என்று கூறியது. பாம்பு கூறியதின் பேரில் ஏவாள் அம்மரத்தின் கனியை முதலில் உண்டாள். பின் தன் கணவனுக்கும் கொடுத்தாள். 'அப்பொழுது அவர்கள் இருவருடைய கண்களும் திறக்கப்பட்டன. அவர்கள் தாங்கள் ஆடையின்றி இருப்பதை அறிந்தனர்.' (ஆதியாகமம் - தொடக்க நூல் 3:7).

அவர்கள் தம்மால் விலக்கி வைக்கப்பட்ட மரத்தின் கனியை சாப்பிட்டு விட்டதை அறிந்து கடவுள் வருந்தினார். அப்போதைய அவரது மனநிலையைப் பற்றிக் கீழ்க்கண்டவாறு பைபிள் கூறுகிறது.

மனிதன் இப்பொழுது நம்முள் ஒருவர் போல் நன்மை தீமை அறிந்தவன் ஆகிவிட்டான். இனி அவன் என்றென்றும் வாழ்வதற்காக, வாழ்வின் மரத்திலிருந்தும் பறித்து உண்ணக் கையை நீட்டிவிடக் கூடாது என்றார். (ஆதியாகமம் - தொடக்க நூல் 3:22).

இந்த வசனங்கள் தருகின்ற தகவல்கள் யாவை?

- விலக்கப்பட்ட மரத்தின் கனியை உண்பவர் எவரும் சாகமாட்டார் கள். அதனைச் சாப்பிட்டதாலேயே நன்மை தீமை அறியும் பகுத்தறிவு அவர்களுக்கு வாய்த்தது.

- கடவுள் பொய் சொல்லியிருக்கிறார்.

- பாம்புதான் உண்மையைச் சொல்லி, அவர்களுக்கு நல்லறிவினைப் போதித்திருக்கிறது. எனவே பாம்புதான் உண்மையில் மனித குலத்தின் இரட்சகர் ஆவார்.

- மனிதனும் கடவுளைப்போலப் பகுத்தறிவு பெற்று, உயர்ந்து அவருக்குச் சமமாகி விட்டதை அறிந்து கடவுள் வருந்தினார்; பொறாமைப்பட்டார்.

- பகுத்தறிவினைப் பெற்றுவிட்ட பின்னர் மனிதனும் கடவுளைப் போல ஆகிவிட்ட நிலையில், இப்போது 'நீண்ட ஆயுள்' மட்டுமே மனிதனைவிட அதிகமாகக் கடவுளுக்கு இருந்தது.

காயீனும் ஆபேலும்

தன்னைப்போல உயர்ந்த நிலையை மனிதன் அடைந்துவிட்டால் பொறாமை வயப்பட்ட கடவுள், ஆதாம், ஏவாள் இருவரையும் ஏதேன் தோட்டத்திலிருந்து விரட்டிவிட்டார். பின்னர் அவர்களுக்கு காயீன் (Cain), ஆபேல் (Abel) என இரு மகன்கள் பிறந்தனர். காயீன் விவசாயம் செய்கிறவனாகவும் ஆபேல் ஆடுமாடு மேய்க்கிறவனாகவும்

வாழ்ந்தனர். ஒருநாள் இருவரும் தாங்கள் உற்பத்தி செய்த பொருட்களைத் தங்கள் கடவுளுக்குக் காணிக்கையாக எடுத்துச்சென்றனர்.

கடவுளுக்குத் தாவர உணவு பிடிக்காது போலும். எனவே காயீனுடைய தாவரவகை உணவை அவர் ஏற்றுக்கொள்ளாமல் ஆபேலுடைய கொழுத்த கன்றுகளை ஏற்றுக்கொண்டார். அதனால் மனம் வருந்திய காயீன் தன் தம்பி ஆபேலைப் பொறாமையினால் கொன்றுபோட்டான். அதனை அறிந்த கடவுள் அவனைச் சபித்து, அம்மண்ணிலிருந்து துரத்திவிடக் கட்டளையிட்டார். உடனே காயீன்,

'இன்று நீர் என்னை இம்மண்ணிலிருந்து துரத்தியிருக்கின்றீர்; உமது முன்னிலையினின்று நான் மறைக்கப்பட்டுள்ளேன். மண்ணுலகில் நான் நாடோடியாக அலைந்து திரியவேண்டியுள்ளது. என்னைக் காண்கிற எவனும் என்னைக் கொல்வானே!' (ஆதியாகமம் - தொடக்கநூல் 4:14)

என்றான். ஆகவே கடவுள் அவனை எவரும் கொல்லாதிருக்கும் வண்ணம் ஓர் அடையாளமிட்டு அனுப்பி வைத்தார். அதன் பின்னர் நடந்தது பற்றி பைபிள் இவ்வாறு கூறுகிறது.

அப்படியே காயீன் கர்த்தருடைய (ஆண்டவர்) சந்நிதியைவிட்டுப் புறப்பட்டு, ஏதேனுக்குக் கிழக்கான நோது என்னும் தேசத்தில் குடியிருந்தான். காயீன் தன் மனைவியை அறிந்தான்; அவள் கர்ப்பவதியாகி ஏனோக்கைப் பெற்றாள். (ஆதியாகம் - தொடக்க நூல் 4:16,17 புரோட்டஸ்டண்ட் மொழிபெயர்ப்பு).

இங்கு சில விஷயங்கள் கவனத்தில் கொள்ளப்படவேண்டியவையாக உள்ளன.

● கடவுள் படைத்த உலகத்தின் அப்போதைய மக்கள் தொகை வெறும் நான்கு. அவர்களுள் ஆபேல் கொல்லப்பட்டபின், மொத்த மக்கள் தொகை மூன்று. பின்னர் காயீன் நாடு கடத்தப்பட்ட நிலையில் எஞ்சியிருப்பவர் அவனது தாயும் தந்தையும் மட்டுமே. இந்நிலை யில், 'என்னைக் காண்கிற எவனும் என்னைக் கொல்வானே' என்று கூறிய காயீன், வேறு யாரை நினைத்துப் பயப்பட்டான்? அப்படி எனில், பைபிளின் கடவுள் படைத்த உலகையும் மக்களையும் தவிர வேறு மக்களும் அப்போது இருந்திருக்கிறார்கள் என்பதை அறிகிறோம்.

● நோது என்னும் தேசம் பைபிளின் கடவுளால் படைக்கப்பட்டதல்ல எனில் வேறு கடவுளால் படைக்கப்பட்டதாக இருக்கவேண்டும்.

● காயீன் நாடு கடத்தப்பட்ட பகுதி ஒரு 'தேசம்' என வரையறுக்கப் பட்டுள்ளது. தேசம் என்று கூறுமளவுக்கு பண்பாடு, மக்கள்

தொகை, அரசாங்கம் எல்லாம் சிறப்பானதாக இருந்திருக்க வேண்டும். பைபிளின் கடவுள் படைத்த உலகத்தில், இப்போது தான் மனித சமூகம் உருவாகியிருக்கும் நிலையில், 'தேசம்' என்று பேசுமளவுக்கு நோது வளர்ச்சியடைந்திருந்தது.

- கர்த்தர் படைத்த உலகத்தில் ஏவாள், அதாவது காயீனின் தாயாரைத் தவிர வேறு பெண்கள் இல்லாத நிலையில், நோது தேசம் சென்றதும் அவனுக்குப் பெண் கிடைத்திருக்கிறது.

- எனவே கர்த்தர் படைத்த உலகத்தைவிட நோது தேசம் ஆயிரக்கணக் கான ஆண்டுகளுக்கு முன்பே படைக்கப்பட்டுவிட்டது. எனில் நோது தேசத்தைப் படைத்த கடவுள், பைபிளின் கடவுளைவிட மிகவும் மூத்தவர்.

இத்தகவல்கள் நமக்கு வியப்பை அளிக்கின்றன.

ஆக, ஆதாம், ஏவாள் ஆகியோரின் இரு மகன்களுள் ஒருவன் கொல்லப் பட்டுவிட்டான்; இன்னொருவன் நாடு கடத்தப்பட்டுவிட்டான். அதன்பின் சேத் (Seth) என்னும் மகன் அவர்களுக்குப் பிறந்தான். அவனைத் தவிர வேறும் சில மகன்களும் மகள்களும் ஆதாம், ஏவாளுக்குப் பின்னர் பிறந்திருந்ததாக பைபிள் அறிவிக்கிறது. (ஆதியாகமம் - தொடக்க நூல் 5:3-4). அவர்கள்மூலம் ஆதாம், ஏவாள் சந்ததியினர் உருவாயினர்.

ஆதாமின் ஒன்பதாவது தலைமுறையில் நோவா என்பவர் வாழ்ந்தார். அவருடைய காலத்தில் மனிதர்களுடைய தீய செயல்கள் பெருகி விட்டதாக நினைத்த கடவுள், அவர்களை அழித்துவிட முடிவுசெய்தார். (ஆதியாகமம் - தொடக்க நூல் 6:5-7). நோவா நேர்மையாளன் எனக் கருதப்பட்டதால் அவர் குடும்பம் தவிர ஏனையவர்கள் வெள்ளப் பெருக்கினால் அழிக்கப்பட்டார்கள். நோவா அதிலிருந்து தப்புவதற் காக ஒரு பேழை (பெட்டி - Ark) செய்தார். அவருடைய குடும்பத்தினரும், ஏனைய விலங்குகளின் வகையில் ஒவ்வொரு வகைக்கு ஏழு ஜோடிகளும் அப்பேழையின் மூலம் தப்புவிக்கப்பட்டனர். நாற்பது நாட்கள் அந்த வெள்ளப் பெருக்கு நீடித்தது. அதன்பின் நீர் வடிந்ததும், ஒவ்வொரு உயிரியும் பேழையிலிருந்து வெளியேறின. அதன் மூலம் மீண்டும் அவற்றின் எண்ணிக்கை பெருகியது.

நோவாவுக்குப்பின், அவரது ஒன்பதாவது தலைமுறையில் யாக்கோபுவின் (இஸ்ரவேல்) பாட்டனார் ஆபிரகாம் தோன்றினார்.

யாக்கோபு எனப்பட்ட இஸ்ரவேல் எகிப்துக்குச் சென்றதையும், அங்கு அவருடைய சந்ததியினர் அடிமைகளாக ஆனதையும், மோசே என்னும் விடுதலை வீரர் எகிப்தில் தோன்றியதையும், தம் இனத்துக்குரிய ஒரு

கடவுள் மூலம் இஸ்ரேலியர்களுக்கு அவர் விடுதலை வாங்கிக் கொடுத்ததையும், கி.மு. 1446-ல் எகிப்தைவிட்டு அவர்கள் அனைவரும் வெளியேறியதையும் நாம் ஏற்கெனவே பார்த்திருக்கிறோம்.

மோசேயின் சட்டங்கள்

கி.மு. 1446-ல் எகிப்தைவிட்டு வெளியேறியவர்கள் 40 ஆண்டுகளாகப் பாலைவனத்தின் வழியாக கானான் தேசத்தைக் கைப்பற்றிக்கொள்ளும் நோக்கத்தில் நடந்து வந்தனர். வழியில் சினாய் மலையில் (Mount Sinai) கடவுள் மோசேயைச் சந்தித்ததாகவும், 'பத்து கட்டளைகள்' (Ten Commandments) என்னும் ஒழுக்கம் சார்ந்த நடைமுறைகளை, இஸ்ரேலிய மக்களுக்காக கடவுளே தம்மிடம் வழங்கியதாகவும் மோசே அறிவித்தார்.

பின்னர் இஸ்ரேலிய மக்களுக்கென பல்வேறு சட்டங்களையும் தம்மிடம் கடவுள் கொடுத்ததாக மோசே கூறினார்.

ஹமுராபி (Hammurabi) என்னும் பாபிலோனிய மன்னர், தம்முடைய சட்டங்களின் தொகுதிகளால் மிகவும் பெயர் பெற்றவராவார். பைபிளில் முக்கியமானதாகக் கருதப்படும் 'கண்ணுக்குக் கண், பல்லுக்குப் பல்' என்பது ஹமுராபியின் சட்டம் என அறிகிறோம் (Harper's Bible Dictionary, பக்கம் 549). ஹமுராபியின் காலம் கி.மு. 1772 - 1750 ஆகும். அதாவது அவர் மோசேக்கும் 280 ஆண்டுகளுக்கும் முந்தையவர். அவரை பைபிள் நன்கு அறிந்திருந்ததாக அறிவிக்கிறது. (ஆதியாகமம் - தொடக்க நூல் 14:1).

ஹமுராபி மன்னர், தம்முடைய கடவுளாகிய ஷமாஷ் (Shamash) என்பவர், சட்டங்களின் தொகுதியைத் தம்மிடம் வழங்கியதாகக் கூறிக்கொண்டார். அதே வழியைப் பின்பற்றி, தம்முடைய கடவுளே தம்மிடம் சட்டத் தொகுதிகளை வழங்கியதாக மோசேயும் கூறிக்கொண்டார்.

மோசேயின் சட்டங்கள் மூன்று பிரிவுகளாக வகைப்படுத்தப் பட்டுள்ளன.

- உடன்படிக்கைச் சட்டங்கள் (Covenant Codes): இவை பல்வேறு சிவில் சட்டங்களைப் பற்றிப் பேசுகின்றன. அடிமைகள் வைக்கும் முறை, மனித கொலைக் குற்றம், பல்வேறுவிதமான வன்முறைத் தாக்குதல்கள், விலங்குகளால் ஏற்படும் சாவு, கால்நடைகள் திருட்டு, பயிர்களுக்கு ஏற்படும் சேதம், சொத்துகள் சேர்த்தல், கால்நடைகளைப் பராமரித்தல், கன்னிப் பெண்கள்மீதான வன்புணர்ச்சி, நீதியைக் கையாளுதல், விவசாய நிலங்களை ஏழாம் ஆண்டு தரிசாக விடுதல், கடவுளுடைய ஓய்வு நாள், எருசலேம் ஆலயத்துக்கு ஒவ்வோர் ஆண்டும் இஸ்ரேலியர்கள் செய்ய

வேண்டிய புனிதப் பயணங்கள், கடவுளுக்குப் பலியிடுவதில் கையாளவேண்டிய ஒழுங்கு நடைமுறைகள் முதலியன இப்பகுதியில் விளக்கப்பட்டுள்ளன. யாத்ராகமம் என்னும் விடுதலைப்பயண நூலில் இப்பிரிவுச் சட்டங்களுள் பெரும்பாலானவை உள்ளன.

- குருத்துவச் சட்டங்கள் (Priestly Codes): யாத்ராகமம் என்னும் விடுதலைப் பயண நூலில் ஓரளவும் லேவியராகமம் மற்றும் எண்ணாகமத்தில் அதிகமாகவும் இப்பிரிவுக்குரிய சட்டங்கள் தொகுக்கப்பட்டுள்ளன. மதம் மற்றும் மதச் சடங்குகள் சார்ந்த சட்டங்கள் இப்பிரிவில் அழுத்தம் பெறுகின்றன.

- இணைச் சட்டங்கள் (Deuteronomy): இவை பெரும்பாலும் 'பொதுச்சட்டங்கள்' பற்றியவை. கொலைக் குற்றம், அடிமைத் தனம் ஆகியவை பற்றியும் இப்பிரிவில் பேசப்பட்டுள்ளது. மறுமணம்பற்றி இப்பிரிவு மட்டுமே பேசுகிறது. பழைய ஏற்பாட்டின் ஐந்தாவது நூலாகிய உபாகமம் என்னும் இணைச் சட்டம் மற்றும் லேவியராகமத்தின் அத்தியாயங்கள் 17 முதல் 26 ஆகிய பகுதிகளில் இச்சட்டப் பிரிவுகள் அடங்கியுள்ளன (Harper's Bible Dictionary, பக்கங்கள் 549-550).

இவ்வாறு, பைபிளின் பழைய ஏற்பாட்டில் மோசேயின் சட்டங்கள் யாவும் தொகுக்கப்பட்டுள்ளன. இஸ்ரேலிய சமூகத்துக்குக் கொடுப் பதற்கெனக் கடவுளே அச்சட்டங்களைத் தம்மிடம் வழங்கியதாக மோசே கூறினார்.

'மோசேயின் சட்டங்கள்' என்னும் இச்சட்டங்கள் 'திருச்சட்டங்கள்' என்றும் 'நியாயப் பிரமாணங்கள்' என்றும் வழங்கப்பட்டன. ஒவ்வொரு இஸ்ரேலியனும் கடவுளின் இந்தக் கட்டளையாகிய சட்டங்களைக் கடைபிடித்தாகவேண்டும். அவர்களுடைய வாழ்க்கையில் இன்னொரு சம்பிரதாயமும் மிக முக்கியமானதொன்றாகும். அது விருத்தசேதனம்.

உன்னைப்போல ஒரு தீர்க்கத்தரிசி

எகிப்திலிருந்து கி.மு. 1446-ல் வெளியேறிய இஸ்ரேலியர்கள் நாற்பது ஆண்டுகளாகப் பாலைவனத்தைக் கடந்து, கானான் என்னும் ஒரு நாட்டை நோக்கி நடந்து சென்றுகொண்டிருந்தனர். பாலைவனப் பயணத்தின்போது மோசேயின் இறுதிக்காலம் நெருங்கியது. எனவே மோசேயின் பணியிடத்தில் வேறொருவரைப் புதிதாக நியமிக்கும் முயற்சியில் கடவுள் ஈடுபட்டார். தம் விருப்பத்தைக் கடவுள் மோசேயிடம், 'உன்னைப்போல் ஓர் இறைவாக்கினனை (தீர்க்கதரிசி) அவர்களுடைய சகோதரர்களிடமிருந்து நான் அவர்களுக்காக ஏற்படுத்துவேன் (உபாகமம் - இணைச்சட்டம் 18:18)' என்று உறுதி

அளித்தார். பின்னர் யோசுவா (Joshua) என்பவரை மோசேக்குப் பதிலாக நியமிக்கும் முயற்சியில் ஈடுபட்ட கடவுள், மோசேயிடம், 'நீ இறக்கும் நாள் நெருங்கிவிட்டது. யோசுவாவைக் கூப்பிடு. இருவரும் சந்திப்புக் கூடாரத்துக்கு வாருங்கள். நான் அவனுக்கு பணிப் பொறுப்பு தரவேண்டும் (உபாகமம் - இணைச்சட்டம் 31:14)' என்றார். இவ்வாறு மோசேக்கு பதிலாக யோசுவா நியமிக்கப்பட்டார்.

இந்த நிகழ்ச்சியில் 'உன்னைப்போல் ஓர் இறைவாக்கினனை அவர் களுடைய சகோதரர்களிலிருந்து அவர்களுக்காக ஏற்படுத்துவேன்' என்று யோசுவா குறித்து எழுதப்பட்டிருக்கும் வசனத்தை, பிற்காலத்தில் புதிய ஏற்பாட்டில், அது இயேசுவைக் குறித்து எழுதப்பட்டதாகப் புதிய ஏற்பாட்டு எழுத்தாளர்கள் கூறிக்கொள்ளுவர் (அப்போஸ்தலர் நடபடிகள் - திருத்தூதர் பணிகள் 3:21,22).

நீதிபதிகள் ஆட்சி

இஸ்ரேலியர்கள் யோசுவாவின் தலைமையில் கி.மு. 1406 வாக்கில் கானான் தேசம் வந்து சேர்ந்தனர். அதன் பின்னர் சுமார் எட்டாண்டுகள் நடந்த போரின் முடிவில், கி.மு. 1398-ல் கானான் தேசம் எனப்பட்ட தற்கால இஸ்ரேல் மற்றும் லெபனான் நாடுகளின் பகுதிகளைக் கைப்பற்றிக்கொண்டனர்.

புறஜாதியரிடமிருந்து கைப்பற்றிய நாடுகளை, லேவி ஜாதியினரைத் தவிர ஏனைய இஸ்ரேலியர்கள் தங்களுக்குள் பங்கிட்டுக்கொண்டனர். லேவியருக்குச் சொத்தில் பங்கில்லை; ஆனால் இஸ்ரேலியர்களுடைய கடவுளுக்குக் குருக்களாக இருந்து பணியாற்றும் பொறுப்பு அவர்களுக்கு வழங்கப்பட்டது (யோசுவா 18:7). லேவியர் வசிப்பதற்கெனச் சில நகரங்கள் அவர்களுக்கு வழங்கப்பட்டன (யோசுவா - அத்தியாயம் 21).

புறஜாதியார் நாடுகளை யோசுவா தலைமையில் இஸ்ரேலியர்கள் கைப்பற்றியதும் 'நீதிபதி' (Judge) என்னும் அந்தஸ்திலிருந்து யோசுவா இஸ்ரேலிய மக்களை ஆட்சி செய்தார். எட்டாண்டுகள் பணியாற்றிய பின், கி.மு. 1390-ல் அவர் மரணமடைந்தார். அதன்பின் பல்வேறு நீதிபதிகளின் ஆட்சியில் கி.மு. 1043 வரை இஸ்ரேலியர்கள் வாழ்ந்தனர். யோசுவாவுக்குப் பிந்தைய நீதிபதிகளின் மொத்த ஆட்சிக்காலம் 347 ஆண்டுகளாகும்.

நீதிபதிகளுள் இப்தா (யெப்தா & Jephthah) என்பவர் செய்த காரியம் விநோதமானதாகும். அவர் 'அம்மோன்' என்னும் புறஜாதியினருடன் போருக்குச் செல்லவேண்டிய தேவை ஏற்பட்டது. அப்படிச் செல்லும் போது தம் கடவுளுக்கு அவர் கீழ்க்கண்டவாறு ஒரு நேர்ச்சை செய்து கொண்டார்.

அவர்களிடமிருந்து நான் வெற்றியோடு திரும்பும்பொழுது யார் என்னைச் சந்திக்க என் வீட்டு வாயிலிலிருந்து புறப்பட்டு வருகின்றாரோ, அவர் ஆண்டவருக்கு உரியவர். அவரைக் கொண்டு வந்து எரிபலியாக்குவேன் (நியாயாதிபதிகள் - நீதித்தலைவர்கள் 11:31).

இறுதியில் அப்போரில் அவர் வென்று ஊருக்குத் திரும்பி வந்து கொண்டிருந்தபோது, அவரது ஒரே மகள் மேளதாளத்தோடு அவரை எதிர்கொண்டு வந்தாள். எனவே அவளைக் கடவுளுக்குரிய எரிபலியாக இப்தா எரித்துவிட்டார் (நியாயாதிபதிகள் - நீதித்தலைவர்கள் 11:39). இது, இஸ்ரேலியர்களின் கடவுளுக்கு 'நரபலி' மிகவும் விருப்பமான ஒன்று என்பதற்குரிய அடையாளமாகும்.

இதேபோல, இஸ்ரவேல் எனப்பட்ட யாக்கோபுவின் பாட்டனாராகிய ஆபிரகாம் என்பவரிடம் தோன்றி, அவருடைய மகன் ஈசாக்கு என்பவனைத் தமக்கு எரிபலி என்னும் நரபலியாகத் தருமாறு கடவுள் வேண்டினார். கடைசியில் மனம்மாறி மாற்று ஏற்பாடு செய்து கொண்டாலும், தாம் விரும்பிக் கேட்குமளவுக்கு அது அக்கடவுளுக்குப் பிரியமான ஒன்றாக இருந்துள்ளது (ஆதியாகமம் - தொடக்க நூல் 22:1-2).

இயேசுவைக்கூட கடவுள் நம் பாவங்களுக்குக் கழுவாயாக அமையுமாறு நரபலியாகச் செலுத்தினார் என்று பைபிள் அறிவிக்கிறது (புதிய ஏற்பாடு எபிரேயர் 10:10-12 மற்றும் 1 யோவான் 4:10).

இயேசுவைக் கடவுள் பலியாக அனுப்பினார் என்ற தகவலில் ஒரு கேள்விக்கு, உரிய பதில் என்னவென்று தெரியவில்லை.

ஆபிரகாம் ஈசாக்கை கடவுளுக்குப் பலியிடுமாறு கேட்டுக்கொள்ளப் பட்டார். அதுபோல இப்தா, தன் மகளைக் கடவுளுக்குப் பலியாகச் செலுத்தினார். மேற்கண்ட இரண்டு சம்பவங்களிலும் மூன்று நபர்கள் சம்பந்தப்பட்டிருக்கிறார்கள். முதல் சம்பவத்தில் பலி செலுத்த முயன்றவர் ஆபிரகாம், பலிப் பொருள் ஈசாக்கு, பலியைப் பெற இருந்தவர் கடவுள். இரண்டாவது சம்பவத்தில், பலி கொடுத்தவர் இப்தா, பலிப் பொருள் அவருடைய மகள், பலியைப் பெற்றுக் கொண்டவர் கடவுள். ஆனால் மூன்றாவது சம்பவத்தில் கடவுள் தம் மகனைப் பலியாகச் செலுத்தினார் எனில், பலி செலுத்தியவர் கர்த்தர் என்னும் ஆண்டவர். பலிப் பொருள் இயேசு. எனில், பலியைப் பெற்றுக்கொண்டவர் யார்? இக்கேள்விக்குப் பதில் எவருக்குமே தெரியவில்லை. இனி வரலாற்றின் தொடர்ச்சிக்கு வருவோம். யோசு வாயிற்குப் பிறகு 347 ஆண்டுகள் நீதிபதிகளின் ஆட்சி நடைபெற்றது.

மன்னராட்சி

கி.மு. 1043-ல் இஸ்ரவேல் இனத்துப் பெரியவர்கள் அனைவரும் ஒன்றுசேர்ந்து அக்காலத்தில் இறைவாக்கினர் எனப்படும் தீர்க்கதரிசி யாக இருந்த சாமுவேல் (Samuel) என்பவரைச் சந்தித்து, 'அனைத்துப் புறஜாதிகளுக்கும் இருப்பதுபோல இஸ்ரேலியர்களுக்கும் மன்னராட்சி முறை வேண்டும்' எனக் கேட்டுக்கொண்டனர். எனவே, இஸ்ரவேலில் பென்யமின் ஜாதியைச் சார்ந்த சவுல் (Saul) என்பவரை முதல் மன்னராக சாமுவேல் தேர்வு செய்தார். கி.மு. 1043 முதல் 1011 வரை சவுல் ஆட்சி செய்தார். பின்னர் தாவீது (David) ஆட்சிக்கு வந்தார். கி.மு. 1011 முதல் 971 வரை அவருடைய ஆட்சி நடந்தது. தாவீது மிகச் சிறந்த வெற்றி வீரனாக வாழ்ந்தார். அவர் காலத்தில் இஸ்ரேலிய நாட்டில் எல்லைகள் விரிவடைந்ததுபோல வேறு எவருடைய ஆட்சியிலும் நிகழ்ந்ததில்லை. கடவுளுக்கு மிகவும் பிரியமுள்ள அரசனாக தாவீது விளங்கினார். ஆயினும் அந்த தாவீது ஒரு பெரும் பாவம் செய்தார்.

ஒரு சமயம் தாவீதின் படைவீரர்கள் எல்லையில் போரிட்டுக் கொண்டிருந்தனர். தாவீது எருசலேமில் தங்கிவிட்டார். ஒருநாள் அவர் தம் அரண்மனை மாடியில் உலாவிக்கொண்டிருந்தார். அப்போது ஒரு பெண் குளித்துக்கொண்டிருந்ததை மாடியிலிருந்து பார்த்தார். அவள் மிகவும் அழகிய தோற்றம் கொண்டிருந்தாள். தாவீது ஆளனுப்பி அவள் யாரென விசாரித்தபோது, தம் படையினருடன் சேர்ந்து தன் நாட்டிற்காக எல்லையில் போரிட்டுக்கொண்டிருக்கும் உரியா (Uriah) என்பவரின் மனைவி என்றும் அவள் பெயர் பத்சேபா (Bathsheba) என்றும் அறிந்தார். உடனே தாவீது தம் தூதரை அனுப்பி அவளை அரண்மனைக்கு அழைத்தார். அவள் வந்ததும் அவளோடு உறவு கொண்டார். அதன்பின் அவள் தன்னுடைய வீட்டிற்குச் சென்றுவிட்டாள்.

அவள், தாம் கருவுற்றிருப்பதாக தாவீதுக்கு ஆளனுப்பிச் சொன்னாள். உடனே தாவீது, போர் முனையில் போர் தீவிரமாக நடக்குமிடத்தில் உரியாவைப் போரிட அனுப்பி, அவன் சாகும்படிச் செய்துவிடுமாறு தம் படைத்தலைவருக்கு ஆள் அனுப்பினார். அவ்வாறே அனுப்பப்பட்டு உரியா மரணமடைந்ததும், தாவீது அவன் மனைவியை அபகரித்துக் கொண்டார். அவளுக்கு ஒரு மகன் பிறந்து, இறந்து போனான். மீண்டும் அவள் கருவுற்று சாலமன் (Solomon) என்ற மகனைப் பெற்றாள் (2 சாமுவேல் 11:1-27).

விபசாரம் சம்பந்தமாக இஸ்ரேலியச் சட்டம் கீழ்க்கண்ட ஷரத்தினை அறிவிக்கிறது:

> ஒருவன் பிறனுடைய மனைவியோடே விபச்சாரம் செய்தால்; பிறன் மனைவியோட விபச்சாரம் செய்த அந்த விபச்சாரனும் அந்த

விபச்சாரியும் கொலை செய்யப்படக் கடவர்கள் (லேவி 20:10 புரோட்டஸ்டண்ட் மொழிபெயர்ப்பு).

கடவுளின் சட்டங்களை தாவீது மீறினார். தாவீதின் இச்செயலானது, 'கடவுளின் பார்வையில் தீயதாகப்பட்டது' என பைபிள் அறிவிக்கிறது (2 சாமுவேல் 11:27). ஆனால் இதே தாவீது மிகவும் நல்லவர் என்றும் கடவுளின் பார்வையில் ஏற்புடையவற்றை மட்டுமே அவர் செய்தார் என்றும் பைபிள் பாராட்டுகிறது. தாவீதுக்கு பின்னர் வந்த ஓர் இஸ்ரேலிய அரசன் எரோபவாம் (Jeroboam) என்பவருடைய நடைமுறையைக் கண்டிக்கும்போது,

ஆயினும் என் ஊழியன் தாவீதைப்போல் நீ நடந்துகொள்ளவில்லை. அவன் (தாவீது) என் விதிமுறைகளைக் கைக்கொண்டு, நான் காட்டிய வழியில் தன் முழு இதயத்தோடு நடந்து, என் பார்வையில் ஏற்புடையவற்றை மட்டுமே செய்தான். (1 ராஜாக்கள் - 1 அரசர்கள் 14:8)

என்று தாவீதைக் கடவுள் புகழ்ந்து பேசுகிறார். மேலும், சாலமன் மன்னரிடமும் அவ்வாறே தாவீதைப் புகழ்கிறார். (1 ராஜாக்கள் - 1 அரசர்கள் 9:4).

பத்சேபாவுக்கு தாவீது மூலமாகப் பிறந்த இரண்டாவது மகன் சாலமன், கி.மு. 971-ல் தாவீது இறந்ததும் மன்னர் ஆனார். சாலமன் சிறந்த ஞானி என்று கருதப்படுகிறார். இஸ்ரேலியர்களின் கடவுளுக்கு என எருசலேமில் ஓர் ஆலயம் கட்டி, உடன்படிக்கைப் பேழையை அவ்வாலயத்தில் வைத்து வழிபடும்படிச் செய்தவர் இவரே. இவர் எருசலேமில் கட்டிய ஆலயம் 'முதல் ஆலயம்' எனப்படுகிறது.

சாலமன் மன்னரும் தன் கடவுளின் கட்டளையை மீறினார். கி.மு. 1446-ல் எகிப்திலிருந்து மோசேயின் தலைமையில் இஸ்ரேலியர்கள் வெளியேறி வந்துகொண்டிருந்தபோது அவர்களுக்குப் பல கட்டளை களைச் சட்டங்களாகக் கடவுள் வழங்கியிருந்தார். அவற்றுள் ஒன்று, 'புறஜாதியார்களின் (பிறவினத்தார்) பெண்களை இஸ்ரேலியர் எவரும் திருமணம் செய்யக்கூடாது' என்பதாகும் (உபாகமம் - இணைச்சட்டம் 7:3). ஆனால் சாலமனோ ஆயிரம் புறஜாதிப் பெண்களைத் தன் மனைவி யாக வைத்திருந்தார். அவர்களுள் 700 பேர் முறைப்படி திருமணம் செய்துகொண்டவர்கள்; ஏனைய 300 பேர் வைப்பாட்டிகள் (1 ராஜாக்கள் - 1 அரசர்கள் 11:1-3).

புறஜாதி மனைவியர் விஷயத்தில் நாம் வேறு ஒன்றையும் இப்போது நினைவில் கொள்ளவேண்டும். இது பைபிள் வரலாற்றில் சாலமன் மன்னருக்கு 350 ஆண்டுகளுக்குப் பின்னர் நடந்ததாகும்.

கி.மு. 586-ல் நெபுகத்நெசர் என்னும் பாபிலோனியப் புறஜாதிய மன்னர் ஒருவர் எருசலேம்மீது படையெடுத்துச் சென்று, சாலமன் மன்னனால் கட்டப்பட்ட ஆலயத்தைச் சேதப்படுத்தினார். ஆயிரக்கணக்கான இஸ்ரேலியர்கள் அடிமைகளாக பாபிலோனுக்கு எடுத்துச் செல்லப் பட்டனர். அப்போது இஸ்ரேலியர்களின் கடவுள் அவர்களை கைவிட்டுவிட்டு, எருசலேமைவிட்டு வெளியேறினார் (எசேக்கியேல் 9:3 மற்றும் 10:4,5,18 மற்றும் 11:23). அவர்களுடைய கடவுள் இஸ்ரேலியர்களை ஏன் கைவிட்டார் என்பதற்குரிய காரணத்தைக் கண்டறிய அக்காலத்தில் ஆய்வுகள் மேற்கொள்ளப்பட்டன. எஸ்றாவின் காலத்தில் அதற்குரிய காரணத்தை அவர்கள் கண்டறிந்தனர்.

'புறஜாதியாருடன் திருமண உறவு கொள்ளக்கூடாது என்றும் மேலும் அவர்களின் நல்லுறவையும் நலத்தையும் இஸ்ரேலியன் நாடக்கூடாது' என்றும் இஸ்ரேலியர்களின் கடவுள் அவர்களுக்கு உத்தரவிட்டிருந்தார் (உபாகமம் - இணைச்சட்டம் 7:2,3). ஆனால் அதனைமீறிச் சில யூதர்கள் புறஜாதிப் பெண்களைத் திருமணம் செய்ததாலேயே தங்கள் கடவுள் தங்களைக் கைவிட்டுவிட்டதாக அவர்கள் கண்டறிந்தனர் (எஸ்றா 9:12 மற்றும் 10:2,3). உடனே, அக்காலத்தில் புறஜாதியிலிருந்து திருமணம் செய்துகொண்ட இஸ்ரேலியர்கள் பற்றிய கணக்கெடுப்பு நடத்தப் பட்டது. அப்போது 109 பேர் புறஜாதிப் பெண்களை மணந்திருந்தனர் என்பது கண்டறியப்பட்டது. அவர்களுடைய மனைவியர் மற்றும் குழந்தைகள் அனைவரும் உடனே விரட்டப்பட்டனர் (எஸ்றா 10:44).

இதில் நாம் கவனிக்கவேண்டிய விஷயம் யாதெனில், எஸ்றா காலத்தில் ஆளுக்கொன்று என வெறும் 109 பேர்தான் புறஜாதிப் பெண்களைத் திருமணம் செய்திருந்தனர். அதற்காகக் கோபம் கொண்ட கடவுள், 'நான் உன்னை விட்டு விலகுவதும் இல்லை; உன்னைக் கைவிடுவதும் இல்லை' என்று தம் பிள்ளைகளுக்குக் கொடுத்திருந்த வாக்குறுதியையும் மீறி (யோசுவா 1:5 புரோட்டஸ்டண்ட் மொழி பெயர்ப்பு), அவர்களைக் கைவிட்டுவிட்டு எருசலேம் ஆலயத்தை விட்டே வெளியேறினார். ஆனால் ஒரே மனிதர் ஆயிரம் புறஜாதிப் பெண்களை வைத்திருந்தார். அம்மனிதனாகிய சாலமன் மன்னர் கட்டியெழுப்பிய கோயிலில்தான் அக்கடவுள் முதன்முதலில் குடியேறினார்.

கி.மு. 930-ல் சாலமன் மன்னர் மரணமடைந்தார். அவருக்குப் பின் இஸ்ரேலியர்களிடையே ஒற்றுமை இல்லாது போயிற்று.

நாட்டுப் பிரிவினை

சாலமன் மன்னர் காலத்தில் கட்டாயமாக அடிமை வேலைசெய்த புறஜாதியினரைக் கண்காணிக்கும் வேலை செய்தவர் எரோபவாம்

(Jeroboam) என்பவர். அக்காலத்தில் இஸ்ரேலியர்களின் கடவுள், அகியா (Ahijah) என்னும் ஒரு இறைவாக்கினரைத் தூண்டிவிட்டு ஒரு தகவலை வெளிப்படுத்தினார். அதாவது இஸ்ரேலிய நாட்டை இரண்டாகப் பிரித்து ஒரு பகுதிக்கு எரோபவாமை அரசனாக்குவதாக அவரிடம் அகியா கூறினார். இதைக் கேள்விப்பட்ட சாலமன் எரோபவாமைக் கொலை செய்ய முயன்றார். எனவே அவர் எகிப்துக்குத் தப்பியோடிவிட்டார் (1 அரசர்கள் - 1 ராஜாக்கள் 11:40). சாலமன் மன்னருடைய மரணத்துக்குப் பின்னரே அவர் நாடு திரும்பினார்.

சாலமன் மன்னருடைய மரணத்துக்குப் பின் அவருடைய மகன் ரெகபெயாம் (Rehoboam) மன்னர் ஆனார். அப்போது வடக்குப் பகுதியைச் சேர்ந்த இஸ்ரேலியர்களுள் பத்து ஜாதியினர், எரோபவாம் தலைமையில் சென்று ரெகபெயாமைச் சந்தித்தனர். சாலமன் காலத்தில் தங்கள்மீது சுமத்தப்பட்டிருந்த அதிகப்படியான வரிப்பளுவை நீக்கிடவேண்டும் என்று அவரிடம் வேண்டினர் (1 அரசர்கள் - 1 ராஜாக்கள் 12:3-5 மற்றும் 12:14,15). ஆனால் ரெகபெயாம் அதனை மறுத்துவிட்டதுடன் அவர்களைக் கேலியாகவும் பேசினார். எனவே வடக்குப் பகுதியைச் சார்ந்த பத்து ஜாதியினரும் (யூதா மற்றும் பெஞ்சமின் ஜாதியினர் தவிர) கிளர்ச்சி செய்து எரோபவாமின் தலைமையில் தனி அரசு அமைத்தனர். இவ்வாறு ஐக்கிய இஸ்ரேலியப் பேரரசு உடைந்து, வடக்கு மற்றும் தெற்கு என இரண்டாகப் பிரிந்தது.

அதன் பின்னர், இனத்தால் பன்னிரண்டு ஜாதியினரும் இஸ்ரேலியர் என்று வழங்கப்பட்டாலும், நில அமைப்பில் வடக்குப் பகுதி இஸ்ரேல் எனவும் தெற்குப் பகுதி யூதேயா எனவும் வழங்கப்பட்டது.

இஸ்ரேல் அல்லது சமாரியா நாடு

வடக்குப் பகுதியான இஸ்ரேல் நாட்டின் தலைநகராக சமாரியா என்ற நகர் இருந்த காரணத்தால், இஸ்ரேலை சமாரியா நாடு என்றும் அழைத்தனர். கிழக்கு மேற்காக 32 கிலோமீட்டரும் தெற்கு வடக்காக 32 கிலோமீட்டரும் பரவியுள்ள சமாரியா, கிழக்கே ஜோர்டான் ஆற்றங்கரையையும் மேற்கே மத்தியதரைக் கடலையும் எல்லையாகக் கொண்டிருந்தது. நாட்டுப் பிரிவினைக்குப்பின் சமாரியர்கள் எருசலேம் ஆலயம் செல்லுவதைத் தவிர்த்துவிட்டனர். அங்கிருந்த மலைகளில் புகழ்பெற்று விளங்கிய ஒன்று கெர்சிம் மலை (Mount Gerzim). இம்மலையில், எருசலேம் ஆலயத்துக்கு இணையாக ஓர் ஆலயத்தை எழுப்பி, சமாரியர்கள் தங்கள் வழிபாடுகளை அங்கு நடத்திவந்தனர்.

ஐக்கிய இஸ்ரேலியப் பேரரசிலிருந்து இஸ்ரேல் எனப்பட்ட சமாரிய நாடு தனியாகப் பிரிந்தபோது எரோபவாம் அதன் முதல் மன்னர் ஆனார். அவரைத் தொடர்ந்து நாதாபு என்பவர் முதல் ஓசேயா என்பவர்

வரையிலும் மொத்தம் 19 அரசர்கள் ஆட்சி செய்துள்ளனர். கி.மு. 722-ல், கடைசி மன்னனாக ஓசேயா (Hoshea) ஆட்சி செய்தபோது அசீரிய மன்னன் இரண்டாம் சார்கோன் (Sargon II) என்பவர் சமாரியாமீது படையெடுத்துச் சென்று அதனைக் கைப்பற்றினார்.

யூதேயா நாடு

இஸ்ரேலியர்களின் பன்னிரண்டு ஜாதியினருள் யூதா மற்றும் பெஞ்சமின் ஜாதியினர் தெற்குப் பகுதியில் வாழ்ந்தனர். பிரிவினைக்குப்பின் அவர்கள் யூதர்கள் எனப்பட்டனர். அவர்கள் வாழ்ந்த பகுதி யூதேயா எனப்பட்டது. எருசலேம் அதன் தலைநகராக விளங்கியதால் எருசலேம் ஆலயமும் அவர்களுடையதாயிற்று.

எருசலேம் ஆலயம் சீயோன் மலைமீது (Mount Zion) அமைந்துள்ளது. 2550 அடி உயரமுள்ளது இம்மலை.

சாலமனின் மகன் ரெகபெயாம் யூதேயா நாட்டின் முதல் மன்னரானார். அவருக்குப் பின் அபிஜாம் (Abijam) என்பவர் மன்னரானார். பிரிவினைக்குப்பின் 20-வது அரசராக செதோக்கியா (Zedekiah) என்பவர் இருந்தார். அவருடைய ஆட்சிக் காலத்தில்தான், கி.மு. 586-ல், நெபுகத்நெசர் என்னும் பாபிலோனியப் புறஜாதி மன்னரின் படையெடுப்பினால் யூதேயா வீழ்ந்தது.

யூதர்கள் – சமாரியர்கள் பகைமையின் காரணங்கள்

சாலமன் மன்னர் காலத்தில் வடக்குப் பகுதியில் வாழ்ந்த இஸ்ரேலியர்களின் பத்து ஜாதியினர் மீது சுமத்தப்பட்ட வேலைப் பளுவும் திணிக்கப்பட்ட வரியுமே நாடு பிரிவினைக்குக் காரணமாயிற்று (1 ராஜாக்கள் - 1 அரசர்கள் 12:14, 15).

சமாரியர்கள் தங்களுக்கெனத் தனியாக கெர்சிம் மலையில் ஒரு கோயிலை ஏற்படுத்திக்கொண்டனர். அதன்பின் வழிபாட்டுக்காகக்கூட எருசலேம் ஆலயத்துக்கு சமாரியர்கள் செல்லுவதில்லை. அதனால் யூதர்கள் கோபமுற்றனர்.

இஸ்ரேலியர்களின் கடவுள், எருசலேம் ஆலயத்தைத் தவிர வேறு எந்த இடத்திலும் குடியிருக்கமாட்டார் என்பதை யூதர்கள் அறிந்திருந்ததால் (உபாகமம்-இணைச் சட்டம் 12:13, 14, 26) சமாரியர்கள் கெர்சிம் மலையில் தவறாக வழிபாடு செய்வதாக அவர்களை கேலி செய்துவந்தனர்.

இஸ்ரேலியர்களின் கடவுளும்கூட யூதர்கள் சமாரியர்களுடன் உறவு கொள்ளுவதை விரும்பவில்லை என்று பைபிள் கூறுகிறது.

ஒரு சமயம் யூதேயா நாட்டின் அரசன் யோசபாத்தின் மகன் யோராம் (Joram) என்பவன் இஸ்ரேலிய அரச வம்சத்திலிருந்து பெண் எடுத்தான்.

இஸ்ரேலியர்களின் கடவுளின் பார்வையில் அது தீயதாகப்பட்டது என்று பைபிள் பேசுகிறது (2 அரசர்கள் - 2 ராஜாக்கள் 8:16-19).

புதிய ஏற்பாடும் சமாரியர்களை அந்நியர்களாகவே கருதுகிறது. இயேசு பத்து பேர்களுடைய தொழுநோயைக் குணப்படுத்தினார். அவர்களுள் ஒன்பது பேர் யூதர்களாகவும் ஒரே ஒருவன் சமாரியனாகவும் இருந்தார்கள். குணப்படுத்தப்பட்ட பத்து பேர்களுள், சமாரியன் மட்டுமே திரும்பிவந்து இயேசுவிடம் நன்றி கூறினான். உடனே இயேசு அவனிடம்,

> பத்து பேர்களின் நோயும் நீங்கவில்லையா? மற்ற ஒன்பது பேர்
> எங்கே? கடவுளை போற்றிப் புகழ அன்னியராகிய உம்மைத் தவிர
> வேறு எவரும் திரும்பிவரக் காணோமே? (லூக்கா 17:16-18)

என்றார். அதாவது சமாரியர்கள் என்பவர்கள் இயேசுவுக்கு அந்நிய ஜாதியினர் ஆகிவிட்டனர். அதனால்தான் தம்முடைய சீடர்களைத் தேர்வு செய்து பணியாற்ற அனுப்பியபோது புறஜாதியார் நாடுகளுக்கும் சமாரியார் பட்டணங்களும் போகவேண்டாம் என்றுகூறி இயேசு அவர்களை அனுப்பிவைத்தார் (மத்தேயு 10:5).

யூதர்கள் சமாரியர்களைப் புறஜாதியினரைப்போல தீண்டத்தகாதவராக நடத்தினர். இக்காரணங்களினால் யூதர்களுக்கும் சமாரியர்களுக்கும் நல்லுறவு ஏற்பட வாய்ப்பில்லாமல் போயிற்று. மீண்டும் பழைய ஏற்பாட்டு வரலாற்றைத் தொடர்ந்து காண்போம்.

நெபுகத்நெசரின் படையெடுப்பும் யூதர்களின் வீழ்ச்சியும்

கி.மு. 586-ல் நெபுகத்நெசர் என்னும் பாபிலோனியப் புறஜாதி மன்னன் யூதேயாமீது படையெடுத்து வந்தார். 'இஸ்ரேலிய இராணுவங்களின் தேவன்' என்றும் 'படைகளின் ஆண்டவர்' என்றும் கருதப்பட்ட இஸ்ரேலியர்களுடைய கடவுளின் ஆலயத்தை அவர் சேதப்படுத்தியதுடன், ஆலயத்தில் இருந்த ஆராதனைக்குரிய பொருட்களையும் அவர் கவர்ந்து சென்றதை இஸ்ரேலியர்களால் சகித்துக்கொள்ள முடியவில்லை. அதனை ஓர் அரசியல் நிகழ்வாகக் கருதியிருந்தால், 'தங்கள் கடவுளின் தோல்வியாக' அதனைக் கருதியிருக்க மாட்டார்கள். இஸ்ரேலியர்கள் தங்கள் சமூகத் தளத்தை சமயத் தளத்திலிருந்து வேறுபடுத்திப் பார்ப்பதில்லை. எனவே இஸ்ரேலியச் சமூகத்தை, இஸ்ரேலியக் கடவுளின் சமூகமாகவே அவர்கள் கருதி வந்தனர். அதனாலேயே ஆலயத்தின் சேதத்தால் ஏற்பட்ட சூழ்நிலையை எதிர்கொள்ள அவர்களால் முடியாமல் போயிற்று. தங்கள் கடவுளின் தோல்வியை அவர்களால் சகித்துக்கொள்ள முடியவில்லை. எனவே ஏதேனும் காரணத்தைக் கற்பித்துக் கூறி, படையெடுப்பை நியாயப்படுத்த யூதர்கள் முயன்றனர். இவ்விஷயத்தில் இறைவாக்கினரின் தடுமாற்றத்தை நம்மால் காணமுடிகிறது. அவர்கள் வேளைக்கு ஒன்று எனவும் ஆளுக்கு

ஒன்று எனவும், வெவ்வேறு காரணங்களைக் கூறிப் புலம்பினர்.
அவற்றுள் சிலவற்றைக் காண்போம்:

இஸ்ரேலிய மக்கள் வேற்றுத் தெய்வங்களை வழிபடத் தொடங்கி
விட்டனர் என்றும், அவர்களுக்கு ஒரு பாடம் புகட்டுவதற்காகவே
வடக்கிலிருந்து நெபுகத்நெசரை வரச் செய்வேன் என்றும் கடவுள்
கூறிக்கொண்டார். எனவே நெபுகத்நெசர் 'என் ஊழியன்' என்று கடவுள்
சொல்வதாக எரோமியா கூறுகிறார். இஸ்ரேலியர்களின் கடவுளுடைய
ஊழியனான நெபுகத்நெசர் என்பவர் இஸ்ரேலியர்களின் கடவுளுடைய
விருப்பத்தின் பேரிலேயே எருசலேம்மீது படையெடுத்து வந்ததாகக்
கூறும் பழைய ஏற்பாட்டு எரோமியா (25:6-9), வேறோரிடத்தில்
நெபுகத்நெசரைத் திட்டித் தீர்க்கிறார். அவரைக் கடவுளுடைய எதிரி
என்று வசைபாடுகிறார். கடவுள் நெபுகத்நெசரைக் குறித்து
வருந்துவதாகக் கீழ்க்கண்டவாறு பைபிளில் எழுதப்பட்டுள்ளது.

> பாபிலோனிய மன்னன் நெபுகத்நெசர் என்னை விழுங்கிவிட்டான்;
> அவன் என்னைக் கசக்கிப் பிழிந்துவிட்டான்; வெறுமையான
> பாத்திரம் போல் என்னை ஆக்கிவிட்டான்; அரக்கன் போன்று
> என்னை விழுங்கிவிட்டான்; என் அருஞ்சுவை உணவுகளால் தன்
> வயிற்றை நிரப்பிக்கொண்டான். என்னைக் கொப்பளித்துத்
> துப்பிவிட்டான். (எரோமியா 51:34)

எரோமியா தொடர்கிறார்:

> எனவே ஆண்டவர் இவ்வாறு கூறுகிறார்: நானே உனக்காக
> (இஸ்ரேல் சமூகத்துக்காக) வழக்காடுவேன்; உன் பொருட்டுப்
> பழிவாங்குவேன்; அதன் (பாபிலோனின்) கடல் வற்றிப்போகச்
> செய்வேன்; அதன் நீரூற்றுகள் காய்ந்து போகச் செய்வேன்;
> பாபிலோன் பாழ்மேடு ஆகும். (எரோமியா 51:36, 37)

இஸ்ரேலியர்கள் வேற்றுத் தெய்வங்களை வழிபட்டதாலேயே தங்கள்
கடவுளால் கைவிடப்பட்டதாக எரோமியா எழுதும்போது, எஸ்ரா
வேறுவிதமாக எழுதுகிறார். இஸ்ரேலியர்கள் புறஜாதியாருடன் திருமண
உறவு கொண்டதுவே அவர்களுடைய கடவுள் இஸ்ரேலியர்களை
கைவிட்டதற்கான காரணம் என அவர் கருதுகிறார் (எஸ்ரா 9:11-15).

இவ்வாறு, பலவகையாலும் குழம்பிப்போன இஸ்ரேலிய சமூகம்
முழுமையாக பாதிக்கப்பட்டுவிட்டது. தங்களை இறைவாக்கினர் என
இவர்கள் அறிவித்துக்கொண்டாலும் தகுந்த காரணங்களைத் தேடி
அவர்கள் தங்களுக்குள் குமைச்சல் அடைந்தார்கள். இந்நிலையில்,
நெபுகத்நெசர் படையெடுத்துச் சென்றபோது எருசலேம் ஆலயத்தி
லிருந்து 'கடவுள் தாமாகவே வெளியேறிவிட்டதாக' எசேக்கியேல்
அறிவிக்கிறார் (எசேக்கியேல் 9:3 மற்றும் 10:4,5,18,19).

எருசலேமை விட்டு வெளியேறிய கடவுள், விரைவில் மீண்டும் எருசலேமுக்குத் திரும்பி வர இருப்பதாகவும் பைபிளில் அறிவிக்கப் படுகிறது. ஆண்டவரின் மாட்சி பிற்காலத்தில், கிழக்குப்புற வாசல் வழியாக எருசலேம் ஆலயத்துக்குள் நுழையும் காட்சியைத் தாம் ஒரு தரிசனத்தில் கண்டதாக எசேக்கியேல் அறிவிக்கிறார் (எசேக்கியேல் 43:4). இதுபற்றிப் பழைய ஏற்பாட்டு எசாயா தீர்க்கதரிசி கூறும்போது, 'ஆண்டவர் விரைவில் சீயோனுக்கு (எருசலேம்) திரும்பி வருவதை, இரவுக் காவலர்களாகப் பணியாற்றுகிறவர்கள் காணப்போகிறார்கள் என்கிறார். (எசாயா 52:8).

சகரியா என்பவரும், 'ஆண்டவர் கூறுவது இதுவே. சீயோனுக்கு (எருசலேம்) நான் திரும்பி வரப்போகிறேன்; எருசலேம் நடுவில் நான் குடியிருக்கப்போகிறேன்' (சகரியா 8:3) என்று கடவுள் கூறுவதாக அறிவிக்கிறார்.

இவ்வாறு எல்லோரையும் குழப்பத்திலும் தடுமாற்றத்திலும் ஆழ்த்திய நெபுகத்நெசர் படையெடுப்பு நிகழ்ந்ததனால் ஏற்பட்ட விளைவுகளைக் காண்போம்.

* நெபுகத்நெசருடைய படையெடுப்பைப்பற்றிக் கேள்விப்பட்ட ஆயிரக்கணக்கான இஸ்ரேலிய யூதர்கள், பல நாடுகளுக்கும் தப்பியோடினார்கள். அசீரியா, எகிப்து, பத்ரோசு, பாரசீகம், எத்தியோப்பியா, ஏலாம், சினார், ஆமாத்து முதலிய நாடுகளுக் கெல்லாம் தப்பிச் சென்றார்கள் (எசாயா 11:11). இவர்களைத்தான் பிற்காலத்தில் 'காணாமல் போன ஆடுகள்' என புதிய ஏற்பாடு அழைக்கிறது.

* எருசலேம் ஆலயம் சேதப்படுத்தப்பட்டது; ஆயிரக்கணக்கில் ஆண்களும் பெண்களும் பாபிலோனுக்கு அடிமைகளாக எடுத்துச் செல்லப்பட்டனர்.

* எஞ்சியோராக, உடல் ஊனமுற்றவர்களும் உழைக்க முடியாதவர் களும் மட்டுமே எருசலேமில் வாழ்ந்தனர்.

* தன் குடும்பத்துக்காக உழைத்துச் சம்பாதிக்கிறவர்கள் இல்லை; ஆலோசனை கூறி வழிநடத்த சமயத் தலைவர்களும் இல்லை; தங்கள் குறைகளைப்பற்றிக் கடவுளிடம் முறையிட எருசலேம் ஆலயத்தில் கடவுளும் இல்லை. எனவே எருசலேமில் எஞ்சியோராக வாழ்ந்த இஸ்ரேலிய யூதர்கள், எந்தவித நம்பிக்கை யும் இல்லாமலும் எதிர்காலத்தின்மீது பிடிப்பு இல்லாமலும் தங்கள் வாழ்நாளைத் தள்ளிக்கொண்டிருந்தார்கள். இறைவாக்கினர் அவர்களை நொண்டிகள், ஊமைகள், குருடர், செவிடர் எனக் கூறினார்கள் (எசாயா 35:5 மற்றும் எரோமியா 31:8 மற்றும் மீகா 4:7).

இறைவாக்கினர் எனப்பட்ட தீர்க்கதரிசிகள்

தானியேல், இரண்டாம் எசாயா, எசேக்கியேல், எரோமியா, யோவேல், ஆமோஸ், எஸ்றா, நெகேமியா, ஒபதியா, மீகா, ஆகாய், மலாக்கி, சகரியா மற்றும் செப்பானியா முதலான பழைய ஏற்பாட்டு நூல்கள் கி.மு. 586-ல் நெடுகத்நெசர் படையெடுத்துச் சென்ற பின்னர் எழுதப் பட்டவை என்பதைத் தெளிவாக அறிய முடிகிறது. இந்நூலாசிரியர்கள் தங்களை இறைவாக்கினர் (தீர்க்கதரிசிகள் - Prophets) என்று அறிவித்துக்கொண்டு வருங்காலங்களில் நடக்கப்போகும் காரியங் களைத் தங்கள் கடவுள் தங்களுக்கு முன்னரே தெரிவித்துவிட்டதாகவும், அத்தகவல்களையே தங்கள் நூல்களில் தாங்கள் பதிவு செய்ததாகவும் கூறிக்கொண்டனர். அவர்களுள் தானியேல், இரண்டாம் எசாயா, எரோமியா, எசேக்கியேல், எஸ்றா, நெகேமியா போன்றவர்கள் நெடுகத் நெசரால் பாபிலோனுக்கு அடிமையாக எடுத்துச் செல்லப்பட்டவர் களாக அறிகிறோம்.

தாவீது மன்னனால் கட்டியெழுப்பப்பட்ட இஸ்ரேலியப் பேரரசு, தம் கண்முன்னே புறஜாதியாரிடம் வீழ்ந்துகிடப்பதைக் காண இறைவாக் கினருக்குச் சகிக்கவில்லை. தாவீதின் கூடாரம் வீழ்ந்துகிடப்பதாக அவர்கள் புலம்பினர் (ஆமோஸ் 9:11). புதிய ஏற்பாட்டுக் காலத்தில், கி.பி. 49-ல் கூடிய எருசலேம் சங்கத்தில், இச்சூழ்நிலைகளிலிருந்து மீள்வதற்கு பவுல் குழுவினர் உதவக்கூடும் என எதிர்பார்த்துத்தான் இயேசுவின் சகோதரரான யாக்கோபு (James) பவுலுக்கு ஆதரவாகத் தீர்மானம் நிறைவேற்றினார்.

எதிர்கால வாழ்க்கையின்மீது நம்பிக்கையற்றிருந்த இஸ்ரேலிய யூத சமூகத்துக்கு, ஏதேனும் ஒருவிதத்தில் ஆறுதல் கூறவேண்டியது இறைவாக்கினர் கடமையாயிற்று. எனவே இஸ்ரேலியர்கள் அதுவரை தங்கள் வழக்கத்தில் இருந்துவந்த கடவுள் சார்ந்த கொள்கைகளைத் தள்ளுபடி செய்துவிட்டு புதிய கொள்கைகளை ஏற்றுக்கொண்டனர். அப்புதிய கொள்கைகள் யாவும், பாபிலோனில் அடிமையாக வாழ்ந்த போது அவர்களைச் சுற்றி வாழ்ந்த புறஜாதியாரிடமிருந்து பெற்றுக் கொண்டவையாகும்.

கி.மு. 586 முதல் இயேசு வரையிலும் ஏற்பட்டிருந்த புறஜாதியார் அரசுகள்

- கி.மு. 586-ல் பாபிலோனியர்கள் யூதர்களை வென்றனர். எனவே யூதர்கள் பாபிலோனுக்கு அடிமையாக எடுத்துச் செல்லப்பட்டனர்.

- கி.மு. 538-ல் பாரசீக மன்னன் பாபிலோனைக் கைப்பற்றியதால் யூதர்கள் பாரசீகர்களுக்கு அடிமையாயினர். பாரசீக மன்னர் சைரஸ் (சீருஸ்) அடிமைகளாக இருந்த யூதர்கள் தங்கள் நாட்டிற்குத்

திரும்பிச் செல்லவும் இரண்டாவது எருசலேம் ஆலயத்தைக் கட்டவும் அனுமதித்தார். ஆயினும் பெரும்பான்மை யூதர்கள் அங்கு அடிமைகளாகவே வாழ்ந்துவந்தனர்.

- கி.மு. 332-ல் கிரேக்க மன்னன் அலெக்சாண்டரால் இஸ்ரேலியப் பகுதிகள் கைப்பற்றப்பட்டன. எனவே யூதர்கள் கிரேக்கர்களின் ஆட்சிக்கு உட்பட்டவர்கள் ஆயினர்.

- கி.மு. 320-ல் எகிப்திய மன்னன் டாலமி என்பவரின் ஆட்சிக்கு உட்பட்டனர்.

- கி.மு. 198-ல் செலூக்கிய வம்சத்தைச் சார்ந்த சிரியா நாட்டின் ஆதிக்கத்தில் இருந்தனர்.

- கி.மு. 63-ல் ரோமப் படைக்கு பாம்பே தலைமை தாங்கிச் சென்று யூதேயாவைக் கைப்பற்றினார். அதுமுதல் இயேசுவின் காலம் வரையிலும் அவர்கள் ரோமானியர்களின் ஆட்சியின்கீழ் இருந்தனர்.

அடிமைத்தனத்தின்போது புறஜாதியாரின் மதக்கொள்கைகளை யூதர்கள் ஏற்றுக்கொண்டனர். பழைய ஏற்பாட்டில் 46 புத்தகங்கள் உள்ளன. அவற்றுள், ஆதியாகமம், யாத்ராகமம், லேவியர், எண்ணாகமம், உபாகமம், யோசுவா, நீதித்தலைவர்கள், சாமுவேலின் நூல்கள், ரூத், அரசர்கள் ஒன்று, குறிப்பேடு ஒன்று ஆகிய நூல்கள் அனைத்தும் பாபிலோனியப் படையெடுப்புக்கு முந்தைய தகவல்களைக் கூறுகின்றன. திருப்பாடல்கள், நீதிமொழிகள் முதலியவற்றின் பெரும் பாலான பகுதிகளும் பாபிலோனியப் படையெடுப்புக்கு முந்தையவை. இனிமை மிகு பாடல்கள் போன்ற நூல்களின் காலத்தைக் கணக்கிட முடியவில்லை. ஏனைய பழைய ஏற்பாட்டு நூல்கள் யாவும் நெபுகத்நெசரின் படையெடுப்புக்குப் பிந்தையவை.

கி.மு. 586-ல், நெபுகத்நெசர் படையெடுப்புக்கு முன்னர் எழுதப் பட்டிருந்த பழைய ஏற்பாட்டு நூல்களில் தெரிவிக்கப்பட்டுள்ள கடவுள் மற்றும் சமூகம் சார்ந்த கொள்கைகளாவன:

- யெகோவா (கர்த்தர், ஆண்டவர்) என்னும் ஒரு கடவுள் தமக்குரிய ஜாதிகளாக இஸ்ரேலிய மக்களை தேர்வு செய்துகொண்டார்.

- விருத்தசேதனம் என்னும் ஒரு சடங்கையே இஸ்ரேலியர்களோடு தாம் கொண்டுள்ள உறவுக்கு அடையாளமான உடன்படிக்கையாக அவர் கொண்டார்.

- கடவுளுக்குப் பயந்து வாழவேண்டும் என்பது சட்டமாகும். அதாவது கடவுள் கொடுத்த பல்வேறு கட்டளைகளையும் சட்டங் களையும் அப்படியே ஏற்றுக்கொண்டு செயல்படுத்தவேண்டும். இதுவே கடவுளுக்குக் கீழ்ப்படிதல் எனப்பட்டது.

- ஆண்டுக்கு மூன்று விழாக்களின்போது ஒவ்வொரு இஸ்ரேலியனும் எருசலேம் ஆலயம் சென்று, தம் வருமானத்தில் பத்தில் ஒரு பாகத்தை (தசம பாகம்) கடவுளுக்குக் காணிக்கையாகச் செலுத்த வேண்டும் (லேவியர் 27:30-33).

- எருசலேம் ஆலயத்துக்குள் பெண்கள் எவரும் செல்லக்கூடாது என்றும் ஆலயத்துக்குச் செல்லும் எவரும் 'வெறுங்கையோடு' செல்லுதல் கூடாது (உபாகமம் - இணைச்சட்டம் 16:16,17) என்றும் காணிக்கையோடுதான் செல்லவேண்டும் (யாத்ராகமம் - விடுதலைப் பயணம் 25:2 மற்றும் 35:4-9) என்றும் வற்புறுத்தப்பட்டது.

- புறஜாதியார்களிலிருந்துதான் இஸ்ரேலியர்கள் தங்கள் அடிமை களைக் கொள்ளவேண்டுமே தவிர, தன்னுடைய ஜாதிகளி லிருந்தும் தன்னுடைய சகோதர ஜாதிகளிலிருந்தும் கொள்ளக் கூடாது (லேவியர் 25:42,44) என்றும் புறஜாதியரோடு திருமண உறவு கொள்ளுவதோ அவர்களுடன் நல்லுறவைப் பேணுவதோ கூடாது (உபாகமம் - இணைச்சட்டம் 7:1-3) என்றும் இஸ்ரேலியர்கள் கடைபிடிக்கவேண்டிய சட்டங்கள் இருந்தன.

- ஒருவர் மரணமடைந்துவிட்டால், அதன்பின் அவருடைய நிலை என்ன என்பதை இஸ்ரேலியர்கள் அறிந்திருக்கவில்லை. கி.மு. 586-க்கு முந்தைய பழைய ஏற்பாட்டு நூல்களில் இச்செய்திகள் இல்லை. இறந்தவர்களை அடக்கம் செய்தனர் என்பதோடு அனைத்துத் தகவல்களும் முடிந்துவிட்டன.

- ஒருவர் செய்த பாவத்துக்கு, பாவம் செய்தவர் பொறுப்பேற்க வேண்டியதில்லை; பாவம் செய்தவருடைய சந்ததியினர்தான் அதனை அனுபவிப்பார்கள் (யாத்ராகமம் - விடுதலைப் பயணம் 34:7).

இஸ்ரேலிய யூதர்கள் பாபிலோனில் அடிமைகளாக வாழ்ந்தபோது, தங்களைச் சுற்றிலும் வாழ்ந்த புறஜாதியார்களுடைய மதம் சார்ந்த கொள்கைகளின் சிறப்புகளைக் கண்டனர். அவற்றின் மேன்மையைப் புரிந்துகொண்டு, அக்கொள்கைகளைத் தம் மதத்தின் புதிய கொள்கை களாகப் பதிவு செய்தனர். அவர்கள் ரத்து செய்தவற்றுள் மிக முக்கிய மான ஒன்று, 'ஒருவர் செய்த பாவங்களுக்கு அவர் பொறுப்பேற்க வேண்டியதில்லை; அவருடைய பின் சந்ததியினர்தான் அப்பாவங் களுக்குரிய தண்டனைகளைப் பெறவேண்டும்' என்பதாகும்.

எசேக்கியேல் என்னும் இறைவாக்கினர் அக்கொள்கையை ரத்து செய்து அறிவிக்கிறார். அவர், கடவுள் தமக்குத் தரிசனமாகி இதுபற்றி அறிவித்ததாகக் கீழ்க்கண்ட வசனங்களின் மூலம் தெரிவிக்கிறார்.

கர்த்தருடைய (ஆண்டவர்) வார்த்தை எனக்கு உண்டாகி, அவர் பிதாக்கள் திராட்சைக் காய்களைத் தின்றார்கள், பிள்ளைகளின் பற்கள் கூசிப்போயின என்னும் பழமொழியை நீங்கள் இஸ்ரவேல் தேசத்தைக் குறித்துச் சொல்லுகிறது என்ன? இனி இஸ்ரவேலில் இந்தப் பழமொழியைச் சொல்லுவது இல்லை என்பதை என் ஜீவனைக் கொண்டு சொல்லுகிறேன் என்று கர்த்தராகிய ஆண்டவர் உரைக்கிறார் (எசேக்கியேல் 18:1-3, புரோட்டஸ்டண்ட் மொழிபெயர்ப்பு)

என்றும்,

பாவஞ்செய்கிற ஆத்துமாவே சாகும்; குமாரன் தகப்பனுடைய அக்கிரமத்தைச் சுமப்பதில்லை, தகப்பன் குமாரனுடைய அக்கிரமத்தைச் சுமப்பதுமில்லை; நீதிமானுடைய நீதி அவன்மேல்தான் இருக்கும், துன்மார்க்கனுடைய துன்மார்க்கமும் அவன்மேல்தான் இருக்கும் (எசேக்கியேல் 18:20 புரோட்டஸ்டண்ட் மொழிபெயர்ப்பு).

என்றும் எழுதுகிறார்.

மேலும் பல புறஜாதியார் மதங்களிலுள்ள மதம் சார்ந்த கொள்கை களைச் சேகரித்து, தங்கள் நூல்களில் இறைவாக்கினர் எழுதிக் கொண்டனர். அவற்றுள் சிலவற்றைக் காண்போம்.

அ) மீட்பர் என்னும் மெசியாவாகிய இரட்சகர் கொள்கை (Saviour):

இது கிரேக்க மதத்திலிருந்து எடுத்துக்கொள்ளப்பட்டதாகும். நெபுகத்நேசர் மன்னனுடைய படையெடுப்பை அறிந்த கடவுள் எருசலேமை விட்டு வெளியேறிவிட்டதால் எருசலேம் ஆலயத்தில் கடவுள் இல்லை என்றும் தங்கள் கடவுள் தங்களைக் கைவிட்டு விட்டதாகவும் இஸ்ரேலியர்கள் வருந்தினர். எனவே புறஜாதி கிரேக்க மக்களிடமிருந்து மெசியா கொள்கையைப் பெற்று, கடவுள் ஒரே பேறான தன் மகனை விரைவில் தங்களுக்காக அனுப்பிவைக்கப் போவதாகவும், அப்போது அவர் வந்து இஸ்ரேலியர்களை இரட்சிப்பார் என்றும் ஒரு புதிய கொள்கையை அவர்கள் ஏற்படுத்திக் கொண்டனர். அதன்படி பிற்காலத்தில் தங்கள் மெசியாவாகக் கடவுள் தம்முடைய குமாரனை அனுப்பி, அவர்களுடைய சொந்த நாட்டினை மீண்டும் அவர்களுக்கு வழங்கி, இஸ்ரேலியர்களை மீட்பார் என்று இறைவாக்கினர் எழுதினர் (வழி, வாய்மை, வாழ்வு - யோவானின் நற்செய்தி நூல் விளக்கம். ஆசிரியர் ஞான. ராபின்சன், பக்கம் 21).

மெசியா வரும் காலத்தை 'நாட்கள்' எனப் பொதுவாகப் பழைய ஏற்பாடு குறிக்கிறது. அந்த நாட்கள் பற்றி எரோமியா எழுதும்போது

என் மந்தையில் எஞ்சியிருக்கும் ஆடுகளை (இஸ்ரேலிய யூதர்களை) நான் துரத்தியடித்த அனைத்து நாடுகளிலிருந்தும் கூட்டிச் சேர்த்து

அவர்களுக்குரிய ஆட்டுப்பட்டிக்கு (எருசலேம்) கொண்டு வருவேன். அவையும் பல்கிப் பெருகும். அவற்றைப் பேணிக் காக்க நான் மேய்ப்பர்களை நியமிப்பேன். இனி அவை அச்சமுறா, திகிலுறா, காணாமலும் போகா என்கிறார் ஆண்டவர். ஆண்டவர் கூறுவது: இதோ 'நாட்கள்' வருகின்றன. அப்போது நான் தாவீதுக்கு ஒரு 'நீதியுள்ள தளிர்' (மெசியா) தோன்றச் செய்வேன். அவர் அரசராய் ஆட்சி செலுத்துவார். அவர் ஞானமுடன் செயல்படுவார். அவர் நாட்டில் நீதியையும் நேர்மையையும் நிலைநாட்டுவார். அவர்தம் நாட்களில் யூதா விடுதலை பெறும்; இஸ்ரேல் பாதுகாப்புடன் வாழும் (23:3-6).

என்று குறிப்பிடுகிறார். அதாவது மெசியா வரும் நாட்களில், பல நாடுகளிலும் காணாமல்போன ஆடுகளாகச் சிதறி வாழும் இஸ்ரேலிய யூதர்கள் அனைவரும் ஒன்றாகக் கூட்டப்படுவர். இனி அவர்கள் யாருக்கும் பயப்பட வேண்டி இராது. அவர்கள் காணாமல் போன ஆடுகளாகவும் ஆக மாட்டார்கள். கடவுளின் மகனாகிய அந்த மெசியா அவர்களுக்கு அரசனாக இருந்து ஆட்சி செலுத்துவார். அவர் தாவீது மன்னருடைய ஜாதியினராகவும் அவருடைய சந்ததியினராகவும் இருப்பார். அவர்களுடைய யூதேயா நாடு அப்போது விடுதலை பெறும். யூதர்கள் மட்டுமின்றி சமாரியர்களாகிய இஸ்ரவேலர்களும் பாதுகாப்புடன் வாழ்வார்கள்.

மேலும், கடவுளின் மகன் மெசியாவாக வரும் நாட்களில், கடவுளின் சொந்த மக்களான இஸ்ரேலியர்களுக்கும் எருசலேமுக்கும் அழிவை ஏற்படுத்தியதற்காக, புறஜாதியார்களை அவர் பழிவாங்குவார் என்றும் எழுதப்பட்டது. எசாயா இதுபற்றி எழுதும்போது, 'திடன் கொள்ளுங்கள், அஞ்சாதிருங்கள்; இதோ உங்கள் கடவுள் பழிதீர்க்க வருவார்; அநீதிக்கு பழிவாங்கும் கடவுளாக வந்து உங்களை விடுவிப்பார்' (35:4) என்று தெரிவிக்கிறார்.

அதாவது மெசியா வரும் காலத்தில், அவர் செய்து முடிக்க வேண்டிய பணிகளாகக் கீழ்க்கண்டவை வரையறுக்கப்பட்டன.

மெசியாவின் பணிகள்:

* புறஜாதி மன்னராகிய நெபுகத்நெசரின் படையெடுப்புக் காலத்தில் எருசலேமிலிருந்து தப்பிப் பல நாடுகளுக்கும் ஓடிச்சென்றதால் காணாமல் போன ஆடுகளைப்போல வாழ்ந்துகொண்டிருந்த பைபிளின் கடவுளுடைய பிள்ளைகளை மீண்டும் கூட்டிச் சேர்த்தல். அவர்களுடைய நாட்டினை அவர்களுக்கு மீண்டும் வழங்குதல் (எசேக்கியேல் 11:16,17 மற்றும் 36:24-29 மற்றும் செப்பனியா 3:20).

- கி.மு. 930-ல் சாலமன் மன்னன் இறந்ததும் இஸ்ரேலியர்களின் 12 ஜாதிகளும் யூதர் என்றும் சமாரியர் என்றும் பிளவுபட்டுப் போயினர். அவர்கள் மீண்டும், முன்பிருந்ததுபோல ஒரே இனமாக மாறுவர். அவர்களுக்கு ஒரே அரசனாக, மெசியாவே இருப்பார் (எசேக்கியேல் 37:21,22 மற்றும் செப்பனியா 3:14,15).

- யெகோவா எனப்படும் ஆண்டவராகிய கர்த்தரின் பிள்ளை களுக்குப் புறஜாதியினர் செய்த தீமைகளுக்காகப் புறஜாதியினர் பழிவாங்கப்படவேண்டும்; அவர்கள் தண்டிக்கப்பட வேண்டும் (செப்பனியா 3:19 மற்றும் எரோமியா 51:24,36,37 மற்றும் எசேக்கியேல் 30:3 மற்றும் யோவேல் 3:19-21).

இவை மெசியாவாக அறிவிக்கப்படுகிறவர் செய்து முடிக்கவேண்டிய காரியங்கள் ஆகும். மெசியா ஒரு விடுதலை வீரரே தவிர, அவரைக் கடவுள் எனப் பழைய ஏற்பாடு அறிவிக்கவில்லை.

மெசியா வருகிற நாளில், அடிமையாக அல்லது பல நாடுகளிலும் சிதறி வாழும் இஸ்ரேலிய மக்கள் நல்வாழ்வு பெறுவர். அந்நாளில், 'உங்கள் துக்கம் சந்தோஷமாக மாறும்' (எரோமியா 31:13 புரோட்டஸ்டண்ட் மொழிபெயர்ப்பு) என்று கடவுள் இஸ்ரேலியர்களுக்கு உறுதியளித்தார்.

மேற்கண்ட வாக்குறுதிகள் இஸ்ரேலியர்களுக்கு ஆறுதலாகவும் ஆதரவாகவும் இருந்தன. இப்போது அவர்களுடைய வாழ்க்கையானது ஓர் எதிர்பார்ப்பு உள்ளதாக மாறியது. மிகவும் நம்பிக்கையுடன் அவர்கள் வாழ்க்கையைச் சந்திக்கத் தொடங்கினர்.

மேற்கண்ட மெசியா ஒருவர் வருகின்ற 'அந்த நாளை' ஆவலோடு எதிர்பார்த்து அவர்கள் காத்திருந்தனர்.

மெசியாக் கொள்கையை புறஜாதி கிரேக்கர்களிடமிருந்து அவர்கள் பெற்றுக்கொண்டு தங்கள் மதத்தின் கொள்கையாக மாற்றியதுபோல, மேலும் பல கொள்கைகளைப் பெற்றுக்கொண்டனர். முதல் கொள்கை யாக, மெசியாவைப் பற்றிப் பார்த்துவிட்டோம். ஏனைய சிலவற்றைக் காண்போம்.

ஆ) ஞானஸ்நானம் என்னும் திருமுழுக்கு (Baptism): இதுவும் கிரேக்கர்களிடமிருந்து பெற்றுக்கொண்டது.

இ) இரண்டாம் வருகை (The second coming): பாரசீக மித்ராயிஸ மதம்.

ஈ) மரித்தோர் உயிர்த்தெழல் (Resurrection): பாரசீக ஜொராஷ்டிர மதம்.

உ) மரணத்துக்குப் பின்னும் வாழ்வு உண்டு: பாரசீக ஜொராஷ்டிர மதம்

ஊ) பரிசுத்த ஆவியால் குழந்தை பிறத்தல்: பாரசீக ஜொராஷ்டிர மதம்

எ) நியாயத் தீர்ப்பு (Judgement): எகிப்திய மதம்.

(கி.ர. அனுமந்தன், பண்டைக்கால நாகரிகங்கள், தமிழ்நாடு பாடநூல் நிறுவனம்).

மேற்கண்ட கொள்கைகள் எவையும் கி.மு. 586-ல் நிகழ்ந்த பாபிலோனியப் படையெடுப்புக்கு முன்னர் எழுதப்பட்டிருந்த பழைய ஏற்பாட்டு நூல்களில் இல்லை. புறஜாதியாரிடமிருந்து அவற்றைப் பெற்றுக் கொண்டதன்மூலம் இஸ்ரேலியர்களுக்கு ஆறுதலும் ஆதரவும் கிடைத்தது. மேலும், குறிக்கோளுடைய ஒரு வாழ்க்கையும் அவர்களுக்குக் கிடைத்தது.

இக்கொள்கைகள் அனைத்தும் கிறிஸ்தவ மதத்தின் அடிப்படையான தத்துவங்களாக இன்று விளக்கம் அளிக்கப்படுகின்றன.

மெசியா என்பவர், யெகோவா என்னும் கடவுளால் (கர்த்தர் - ஆண்டவர்) தேர்ந்தெடுக்கப்பட்ட மக்களுக்காக உழைக்கக்கூடியவராக இருக்கவேண்டுமே தவிர, ஏனைய புறஜாதியாருக்காக அல்ல. மெசியா என்பதன் பொருள்பற்றி Harper's Bible Dictionary கீழ்க்கண்ட விளக்கத்தைத் தருகிறது (பக்கம் 630).

Messiah could refer to anyone divinely appointed to a task that affected the destiny of the chosen people.

அதாவது தேர்ந்தெடுக்கப்பட்ட மக்களாகிய இஸ்ரேலியர்களின் எதிர்கால வாழ்க்கையை உருவாக்கும் பணிக்காக, தெய்வீகமாக நியமிக்கப்பட்ட எந்த ஒரு மனிதனையும் மெசியாவாகக் கூறலாம்.

எனவே கடவுளால் தம் சொந்த மக்கள் என்று தேர்வு செய்யப்பட்ட இஸ்ரேலியர்களின் நல்வாழ்வுக்காக உழைப்பவர் மட்டுமே மெசியா வாக இருக்க முடியுமே தவிர, மெசியா புறஜாதியாருக்காக உழைப்பவராக இருக்க முடியாது என்பது பைபிளின் அணுகுமுறை.

இத்தகு மெசியாவைத் தங்கள் கடவுள் விரைவில் தங்களுக்காக அனுப்பித் தருவார் என்ற நம்பிக்கையோடு, மிகவும் ஆவலாக அவரை எதிர்பார்த்தவாறு இஸ்ரேலியர்கள் வாழ்ந்துகொண்டிருந்தனர்.

இத்துடன் பழைய ஏற்பாடு முடிந்தது. இந்நிலையில் இயேசு பிறந்தார்.

பாகம் 2

பைபிளின் புதிய ஏற்பாடு

இயேசுவின் பிறப்போடு புதிய சகாப்தம் தொடங்கு வதாக இன்று ஏற்றுக்கொள்ளப்பட்டிருக்கிறது. தற்காலக் கணிப்பின்படி இயேசு பிறந்தது கி.மு. 4 என அறிஞர்கள் கருதுகிறார்கள்.

இயேசுவின் வாழ்க்கை வரலாற்றை 'நற்செய்தி' (Gospel) என்னும் தலைப்பில் நான்கு பேர் எழுதியிருக்கிறார்கள். மத்தேயு (Mathew), மாற்கு (Mark), லூக்கா (Lucas) மற்றும் யோவான் (John) என்பவர்களே அவர்கள். அவர்களுள் மத்தேயுவும் யோவானும் இயேசுவின் நேரடிச் சீடர்கள். மாற்கு என்பவர் இயேசுவின் ஒரு சீடரான பேதுரு (Peter) என்பவருடைய சீடர் (1 பேதுரு 5:13). இவர்கள் மூன்று பேரும் யூதர்கள். லூக்கா என்பவர் புறஜாதி கிரேக்கர். பவுல் என்னும் வேறு ஒரு யூதர் மூலமாக இயேசுவை அடையாளம் கண்டவர். இயேசுவைத் தம் கண்களால் கண்டிராதவர்.

நான்கு பேரும் இயேசுவின் வாழ்க்கை வரலாற்றை நற்செய்தியாக எழுதும்போது, இரண்டு வேறு வேறு தளங்களிலிருந்து தொடங்குவார்கள். மத்தேயுவும் லூக்காவும் கன்னிமேரியின் கருவிலிருந்து இயேசு உருவானதாகக் கூறித் தொடங்குவர். தூய ஆவி என்னும் பரிசுத்த ஆவியினால் மேரி

கருவுற்றதாகக் கூறுவர். ஆனால் மாற்கும் யோவானும் இயேசுவின் பிறப்புபற்றித் தாங்கள் அறிந்ததாகக் காட்டிக்கொள்ள மாட்டார்கள். இயேசு திருமுழுக்கு என்னும் ஞானஸ்நானம் பெற்றுக்கொண்டதிலிருந்து அவர்கள் தங்கள் நூலைத் தொடங்குவார்கள். திருமுழுக்கு எனும் ஞானஸ்நானம் இயேசுவின் முப்பதாவது வயதில் நடந்த நிகழ்வாகும்.

புதிய ஏற்பாட்டின் வரலாற்றில் கி.பி. 49 வரை புறஜாதியார் பற்றிய நிகழ்வுகள் எதுவுமில்லை. இக்காலகட்டம் இயேசு மரணமடைந்து 16 ஆண்டுகளுக்குப் பிந்தையதாகும். புதிய ஏற்பாடு என்பது பவுல்மூலம் அறிமுகப்படுத்தப்பட்டதாகக் கொள்வதே சரியானதாகும். ஏனெனில் யூத மரபுகளிலிருந்து மாறுபட்டு பரிசுத்த ஆவி (தூய ஆவி) மற்றும் விசுவாசம் ஆகியவற்றை மட்டுமே அடிப்படையாகக் கொண்ட ஒரு புதிய மதம் பவுல்மூலம் கி.பி. 49-ல் நடந்த எருசலேம் சங்கக் கூட்டத்துக்குப் பின்னரே உருவாயிற்று. பைபிள் தன்னுடைய வரலாற்றுத் தடத்திலிருந்து விசுவாசத்தின் பாதைக்கு இக்கால கட்டத்தில்தான் தடம் மாறிப்போயிற்று.

புதிய ஏற்பாட்டில் மொத்தம் 27 புத்தகங்கள் உள்ளன. முதல் நூல் எழுதப்பட்ட காலமே கி.பி. 52-க்கு பின்னர். இயேசு மரணமடைந்து சுமார் 20 ஆண்டுகள் அப்போது ஆகியிருந்தன. அதாவது, கி.பி. 49-ல் கூடிய எருசலேம் சங்கத்துக்கும் மூன்று ஆண்டுகளுக்குப் பின்னர். புதிய ஏற்பாட்டில் உள்ள 27 புத்தகங்களும், அவை எழுதப்பட்ட காலவரிசைப்படி பைபிளில் இடம்பெறவில்லை.

தற்போது புதிய ஏற்பாட்டில் வரிசைப்படுத்தப்பட்டுள்ள முறையின்படி மத்தேயு, மாற்கு, லூக்கா மற்றும் யோவான் ஆகிய முதல் நான்கு நூல்களும் இயேசு உயிரோடு வாழ்ந்த காலத்தில் உள்ள அவரது வாழ்க்கைச் சம்பவங்களாகும். அப்போஸ்தலர் நடபடிகள் (திருத்தூதர் பணிகள்) என்னும் நூலில், இயேசுவின் சிலுவைச் சம்பவத்துக்குப் பிறகு அவரது சீடர்கள் செய்த பணிகளும், 'அப்போஸ்தலனாக இல்லாதிருந்தும் தன்னைத் தானே அப்போஸ்தலன் எனக் கூறிக்கொண்டவர்' எனக் குற்றம் சாட்டப்பட்ட பவுல் மற்றும் பர்ணபா (Barnabas) போன்ற அவருடைய குழுவினர் செய்த பணிகளும் எழுதப் பட்டுள்ளன.

இரண்டு வகையான நற்செய்திகள் பைபிளில் உள்ளன. இரண்டும் வேறு வேறு நபர்களைப்பற்றி அறிவிக்கின்றன. மத்தேயு, மாற்கு, லூக்கா மற்றும் யோவான் ஆகியோர் எழுதிய நூற்கள் முதல்வகை. இந்நூற்களின் ஆசிரியர்கள் தங்களை நூற்களில் முன்னிலைப் படுத்திக் கொள்ளமாட்டார்கள். இவர்கள் 'என் நற்செய்தி' எனக்கூறுவதும் இல்லை. ஏனெனில் இயேசுவின் வாழ்க்கையையே ஒரு நற்செய்தி என

அறிவிப்பார்கள், உள் நோக்கம் கொண்டவராக இருந்தாலும் லூக்காகூட இயேசுவின் சாதனைகளாகவே அனைத்தையும் எழுதி இருப்பார். மேற்கண்ட நால்வரும் தங்கள் நற்செய்தி நூற்களில் இயேசுவின் வாழ்க்கை வரலாறு என அறிவிக்கும் விதமாய் எழுதி இருப்பர். இரண்டாவது வகையானது இயேசுவிலிருந்து முற்றிலும் மாறுபட்டது. அதனை எழுதியவர் பவுல், அவர் தம் நூற்களில் 'இயேசு' என்கிற ஒரு பெயரையும் 'அவரது சிலுவை மரணம்' என்கிற ஒரு சம்பவத்தையும் தவிர வேறு எதனையும் ஏற்றுக்கொள்ளமாட்டார். சிலுவை மரணத்துக்கு ஏதுவான நிகழ்வில் இருந்துதான் தன்னுடைய நற்செய்தியைத் தொடங்கி எழுதுவார். பவுல் இயேசுவைப் பற்றிய நேரடி அனுபவம் எதுவும் இல்லாதவர். எனவே அவரைப்பற்றிய உண்மையான தகவல்களை, அறிந்துகொள்ள வேண்டுமாயின், இயேசுவினுடைய 'உண்மையான' சீடர்களை சந்தித்து விபரம் கேட்டிருக்கவேண்டும். ஆனால் தாம் அவ்வாறு செய்யவில்லை என்றுக்கூறி, பவுல் பெருமைப்பட்டுக் கொள்கிறார். (கலாத்தியர் 1:11,12,16) இயேசுவைப் பற்றிய உண்மைத் தகவல்கள் எனக் கருதப்படும் எதனையும் அவர் அறிந்திருக்கவில்லை. தம் சொந்த வாழ்க்கை மற்றும் சொந்த கருத்துக்களையே 'ஒரு நற்செய்தியாக' அவர் அறிவித்துக்கொண்டார். (ரோமர் 8:18 மற்றும் 15:7-9; காலத்தியர் 2:17 மற்றும் 1 கொரிந்தியர் 15:1,2 மற்றும் 2 கொரிந்தியர். 1:12,13) தம்முடைய நூற்களில் 'என்னுடைய நற்செய்தி' (my gospel) என்றுதான் பவுல் எழுதுவாரே தவிர, இயேசுவைப் பற்றிய நற்செய்தி என எதனையும் அறிவிக்கவும் மாட்டார். (ரோமர் 2:16 மற்றும் 16: 25,26 மற்றும் கொலோசையர் 1:22,23) ஆனால் புதிய ஏற்பாட்டின் முதல் நான்கு நூற்களும் இயேசுவின் வாழ்க்கை வரலாற்றை அறிவிப்பதற்காக எழுதப்பட்டுள்ளன.

அதன்பின் பவுல் எழுதிய 14 கடிதங்கள் உள்ளன. உண்மையில் பவுல் எழுதிய இக்கடிதங்கள்தான் காலத்தால் முதலில் எழுதப்பட்டவை யாகும். ரோமர் முதலாக எபிரேயர் முடிய பவுல் எழுதிய கடிதங் களுக்குப் பின், இயேசுவின் சகோதரரான யாக்கோபு (James) எழுதிய கடிதம் உள்ளது. (பைபிளில் இரண்டு யாக்கோபுகள் வருகிறார்கள். பழைய ஏற்பாட்டு யாக்கோபு, இஸ்ரவேல் என்றும் அழைக்கப் படுகிறார். ஆங்கிலத்தில் இவர் Jacob எனக் குறிப்பிடப்படுகிறார். புதிய ஏற்பாட்டு யாக்கோபு, James என ஆங்கிலத்தில் குறிப்பிடப்படுகிறார்.) எபிரேயர் என்ற நூலை எழுதியவர் பவுல்தானா என்னும் சந்தேகமும் வரலாற்று ஆசிரியர்களிடையே நிலவுகிறது.

அதன்பின் பேதுரு (Peter) எழுதிய கடிதங்கள், யோவான் எழுதிய கடிதங்கள் மற்றும் யூதா எழுதிய கடிதம் ஆகியன உள்ளன. இவை எதிர்க் கிறிஸ்து பற்றியும், கள்ளப் போதகர் பற்றியும் குறிப்பிடுவதற்காகவே எழுதப்பட்டுள்ளன. இயேசுவின் எதிரி எனப் பொருள்படும் எதிர்க்

கிறிஸ்து (Anti-Christ) என்பவர், பவுல் மற்றும் அவருடைய குழுவினர் தாம் என்கிற அதிர்ச்சியான தகவலும் அவற்றில் இடம்பெற்றுள்ளது. அவ்விவரங்களைப் பின்னர் காணலாம்.

இறுதியாக 'திருவெளிப்பாடு' என்னும் 'வெளிப்படுத்தின சுவிசேஷம்' (Revelation) உள்ளது. 'விண்ணரசு' என்றும் 'பரலோக ராஜ்ஜியம்' என்றும் அழைக்கப்படும் 'புதிய எருசலேம்' என்னும் நகருக்குள் எந்தெந்த ஜாதியினர் செல்லமுடியும் என்பதுவும், மொத்தம் எத்தனை பேர் செல்ல முடியும் என்பதுவும் பற்றிய தகவல்கள் இந்நூலில் தரப்பட்டுள்ளன.

இரண்டு விஷயங்களில் நாம் தெளிவாக இருக்கவேண்டும். ஒன்று, பரலோகம் என்னும் விண்ணுலகு. இதனை 'வானம்' என்றும் அழைக் கிறார்கள். ஆங்கிலத்தில் Heaven என்று இது அழைக்கப்படுகிறது. இது பைபிளின் கடவுளுடைய வாழிடமாகும். அங்கு மனிதர்கள் எவரும், எப்போதும் போக முடியாது. பழைய ஏற்பாட்டில் ஏனோக்கு, எலியா என்ற இருவர் அங்கு சென்றிருப்பதாகக் கருதப்படுகிறது. ஆனால் பைபிளில் இதற்குத் தெளிவான ஆதாரம் இல்லை. அவர்கள் இருவரும் காணாமல் போனதாக மட்டும்தான் பைபிளில் வருகிறது. புதிய ஏற்பாட்டில் யோவான் விண்ணுலகுக்குச் சென்றதாகச் சொல்லப்படுகிறது. ஆனால், அவர் ஒரு தரிசனம் (vision) மூலம்தான் அதனைக் கண்டார். தரிசனம் என்பது வெறும் கனவு என்று எரோமியா (23:25,26) கூறுகிறார்.

ஆனால் 'பரலோக ராஜ்ஜியம்', 'விண்ணரசு', The Kingdom of God, The Kingdom of Heaven என்று குறிப்பிடப்படுவது வேறு. நெபுகத்நெசரால் அழிக்கப்பட்ட எருசலேம் நகருக்குப் பதிலாக கடவுளால் உருவாக்கி வைக்கப்பட்ட ஒரு ராஜ்ஜியம் இது. இது கடைசிக்கால நியாயத் தீர்ப்பின் போது பரலோகத்திலிருந்து கீழிறங்கி வந்து அமையும். இஸ்ரேலியர் கள் மட்டுமே அங்குபோய்க் குடியேறுவார்கள். இதுபற்றிப் பின்னர் காணலாம்.

'கடைசிக் காலம்' என்ற ஒன்று எதிர்காலத்தில் வரப்போவதாகவும், அப்போது 'நியாயத் தீர்ப்பு' நடக்க இருப்பதாகவும், அந்தத் தீர்ப்பு முடிந்த பின்னர்தான் பரலோக ராஜ்ஜியத்துக்குப் போவதற்காகத் தேர்வு செய்யப்பட்டவர்கள் அனைவரும் அங்கு போவார்கள் என்பன போன்ற விவரங்கள் யாவும் இந்நூலில் தெளிவுபடுத்தப்பட்டுள்ளன.

கன்னிமேரிக்கு மகனாகப் பிறந்த இயேசு, கி.பி. 30-ல் யோவான் ஸ்நாபகன் என்னும் திருமுழுக்கு யோவானிடம் (John the Baptist) திருமுழுக்கு பெற்றார். அதன்பின் தன்னுடைய சீடர்களுள் பன்னிரண்டு பேர்களைத் திருத்தூதர்களாக (அப்போஸ்தலர்) நியமித்தார். கி.பி. 33-ல் மரணமடைந்தார்.

புதிய ஏற்பாட்டில் இரண்டு யோவான்கள் சிறப்பிடம் பெற்றிருக் கிறார்கள். ஒருவர் இயேசுவின் சீடர் யோவான் (John). புதிய ஏற்பாட்டில் ஒரு நற்செய்தி நூலும், மூன்று கடிதங்களும், கடைசி நூலான திருவெளிப்பாடு (வெளிப்படுத்தின சுவிசேஷம்) ஆகிய நூலும் என மொத்தம் ஐந்து நூல்களை இவர் எழுதியுள்ளார். இன்னொருவர் இயேசுவுக்குத் திருமுழுக்கு கொடுத்தவர். இவர் நூல் எதுவும் எழுதவில்லை. இவரை 'திருமுழுக்கு யோவான்' என்று பொது மொழிபெயர்ப்பும் 'யோவான் ஸ்நாபகன்' என்று புரோட்டஸ்டண்ட் மொழிபெயர்ப்பும் குறிப்பிடுகின்றன.

இயேசுவின் வாழ்க்கை வரலாறு

இயேசு இஸ்ரேலிய யூதா வம்சத்தவர் என்பதை மத்தேயும் லூக்காவும் நிரூபிக்க முயற்சி செய்கிறார்கள். மத்தேயு, ஆபிரகாமிலிருந்து தொடங்கி இயேசு வரையிலும் உள்ள ஒரு பட்டியலைத் தருகிறார் (மத்தேயு 1:1-16). அதுபோலவே லூக்காவும் ஒரு பட்டியல் தருகிறார் (லூக்கா 3:23-34). இரண்டு பட்டியல்களிலும் பல்வேறு முரண்பாடுகள் காணப்படுகின்றன.

பழைய ஏற்பாட்டு தாவீது மன்னருக்கு பத்சேபா மூலமாக நான்கு குழந்தைகள் பிறந்தனர். (1 நாளாகமம் - 1 குறிப்பேடு 3:5). அவர்களுள் சாலமன் வம்சத்தில் இயேசு பிறந்தார் என மத்தேயுவும் (1:7); பத்சேபாவின் இன்னொரு மகனான நாத்தனுடைய வம்சத்தில் இயேசு பிறந்ததாக லூக்காவும் (3:31) எழுதுகின்றனர்.

இயேசுவின் தந்தை யோசேப்பு எனக் கருதப்படுகிறார். யோசேப்புவின் தந்தையின் பெயர் யாக்கோபு என மத்தேயுவும் (1:16) ஏலி என லூக்காவும் (3:23) மாறுபட்டு எழுதுகின்றனர்.

செருபாபேல் என்பவருடைய மகன் அபியூத் என்றும், அவருடைய வம்சத்தில் இயேசு பிறந்ததாகவும் மத்தேயு (1:13) எழுதுகிறார். ஆனால் லூக்கா செருபாபேலுடைய இன்னொரு மகனான ரேசாவின் வம்சத்தில் பிறந்தவராகக் கூறுகிறார். (3:27). ஆனால், செருபாபேலுடைய எட்டு பிள்ளைகளின் பெயர்ப் பட்டியலில் மேற்கண்ட இருவர் பெயரும் இல்லை. (1 நாளாகமம் - 1 குறிப்பேடு 3:18-20).

எகோனியா என்பவரின் மகன் சாலத்தியேல் என்பவரின் தலை முறையில் இயேசு பிறந்ததாக மத்தேயுவும் (1:12), நேரி என்பவரின் மகன்தான் சலாத்தியேல் என லூக்காவும் (3:27) தகவல் தருகின்றனர்.

மத்தேயு விவரிக்கும் தலைமுறைப் பட்டியலில் (1:1-16) ஆபிரகாம் முதல் இயேசு வரை 41 தலைமுறைகள் மட்டுமே இருந்ததாகத்

தெரிவிக்கிறார். ஆனால் ஆபிரகாம் முதல் இயேசுவரை 56 தலை முறைகள் இருந்ததாக லூக்கா அறிவிக்கிறார். (3:23-34).

இவ்வாறு பல்வேறு முரண்பாடுகளுடன் நூல் எழுதியவர்கள் அனைவரும் இயேசுவின் காலத்தில் உயிரோடு வாழ்ந்தவர்கள். அவர்களுள் மத்தேயு இயேசுவின் சீடர் என்பதால் எப்போதும் இயேசுவுடன் கூடவே வாழ்ந்தவர்.

லூக்காவும் அவருடைய நற்செய்தி நூலும்

இயேசுவின் வாழ்க்கை வரலாற்றை எழுதிய நால்வருள் லூக்கா என்பவர் இயேசுவோடு எவ்விதத்திலும் தொடர்பு இல்லாதவர். இயேசுவைத் தம் கண்களால்கூட லூக்கா கண்டதில்லை. எனவே இயேசுவின் வாழ்க்கை வரலாற்றை நற்செய்தி நூலாக எழுத அவர் முடிவு செய்ததும், அதற்கு முன்னரே எழுதப்பட்டிருந்த நூல்களான மத்தேயு, மாற்கு ஆகிய இரண்டையும் நன்கு படித்து ஆய்வு செய்து, தம்முடைய நூலை எழுதியதாகக் கூறுகிறார் (லூக்கா 1:1-4).

லூக்காவின் நூலில் உள்ள வசனங்களுள் 350 வசனங்கள் மாற்கு எழுதிய நூலில் உள்ளவை. 325 வசனங்கள் மத்தேயுவின் நூலில் உள்ளவை (லூக்காஸ் எழுதிய நற்செய்தி விளக்கவுரை. ஆக்கியோன் தியாகு. அருள் வாக்கு மன்றம், திருச்சி - 1, பக்கம் 13). எஞ்சியவை லூக்காவினுடைய சொந்த வசனங்கள். தாம் மூல நூல்களாகக் கொண்டுள்ள மத்தேயு மற்றும் மாற்கு ஆகியவற்றில் இல்லாத பல விஷயங்களை, தன் கொள்கைக்கு ஏற்ப லூக்கா மாற்றி, தம் நூலில் எழுதியுள்ளார். மூல நூல்களில் இஸ்ரேலிய ஜாதிகளுக்கு மட்டுமே இயேசு ஆதரவாக இருந்ததாக எழுதப்பட்டிருந்த பகுதிகளை லூக்கா மாற்றிவிடுகிறார்; அல்லது திருத்தம் செய்துகொள்கிறார் (லூக்காஸ் எழுதிய நற்செய்தி விளக்கவுரை, பக்கம் 13). உதாரணமாக 'நல்ல சமாரியன் கதை'யைக் கூறலாம். அக்கதையைக் காண்போம்.

திருச்சட்டத்தில் வல்லுநர் ஒருவர் இயேசுவிடம் வந்து, 'பத்து கட்டளைகளுள் எது சிறந்தது?' என்று கேட்டார். இயேசு அவருக்குப் பதில் சொல்லும் விதமாக, 'திருச்சட்டத்தில் (நியாயப் பிரமாணம்) சொல்லியிருப்பதைச் செய்யுங்கள்' என்றும், 'உன்மீது அன்பு செலுத்துவதுபோல உன் அயலான்மீதும் அன்பு செலுத்துவாயாக' என்றும் பதில் கூறியதாக பைபிளில் உள்ளது. இச்செய்திகள் மத்தேயு, மாற்கு இரண்டிலும் உள்ளன (மத்தேயு 22:35-40 மற்றும் மாற்கு 12:28-34). அந்த உரையாடல் அத்துடன் நின்றுவிட்டது. இதன் பிறகு இது பற்றிய தொடர்ச்சி எதுவும் இல்லாமல் வேறு விஷயங்களுக்கு அவர்கள் சென்றுவிட்டனர். ஆனால் மேற்கண்ட உரையாடலைத் தன்

நூலில் கூறும் லூக்கா, அந்த உரையாடல் முடிந்ததும் வேறொரு பகுதியையும் கூடவே எழுதிச் சேர்த்துக்கொள்கிறார்.

மேற்கண்ட உரையாடலில் கலந்து கொண்ட திருச்சட்ட நூல் வல்லுநர், 'எனக்கு அடுத்திருப்பவன் யார்?' என்ற ஒரு கேள்வியையும் இயேசுவிடம் தொடர்ந்து கேட்டதாகவும்; அவருக்கு பதில் சொல்லும் விதமாக நல்ல சமாரியன் கதையை அவர்களுக்கு இயேசு கூறியதாகவும் லூக்கா எழுதுகிறார். இந்தக் கதை மிகவும் பிரபலமான ஒன்றாகும். இயேசுவுக்கு மிகவும் சிறந்த கிரீடத்தை வழங்குவதற்கு இக்கதையைப் பலரும் இன்று பயன்படுத்துவர் (லூக்கா 10:29-37). ஆனால் லூக்காவின் மூல நூலாகிய மத்தேயுவிலோ மாற்கிலோ இச்சம்பவம் இல்லை.

லூக்கா மேற்கண்ட சம்பவத்தை எழுதியதன் மூலம் இயேசுவுக்கு ஒரு புதிய முகவரியைக் கொடுக்கிறார். அதாவது, பொதுவாக யூதர்கள் சமாரியர்களைப் புறஜாதியினரைப் போலத் தீண்டத்தகாதவராகவே நடத்துவர். ஆனால் ஒரு யூதனாக இருந்தும்கூட இயேசு சமாரியர்மீது அன்பு செலுத்தியதாகக் காட்டிக்கொள்வதற்கு இச்சம்பவம் லூக்காவுக்கு பயன்பட்டது.

இதுபோல, கானான் தேசத்துப் புறஜாதிப் பெண்ணை இயேசு நாயாக விரட்டியதாக மத்தேயுவும் மாற்கும் எழுதுவர் (மத்தேயு 15:21-28 மற்றும் மாற்கு 7:24-28). தாம் புறஜாதியருக்கு உதவுவதற்காக வரவில்லை என்றும் இஸ்ரேலியர்களுக்காகவே வந்திருப்பதாகவும் அப்போது இயேசு சொன்னார். இவ்வாறு இயேசு புறஜாதியர் மீது விரோதம் பாராட்டியதாகத் தம் மூல நூல்களில் எழுதப்பட்டுள்ள இந்தச் சம்பவத்தை லூக்கா கண்டுகொள்ளாமல் விட்டுவிடுவார். ஏனெனில் இச்சம்பவம் புறஜாதியர்மீது இயேசுவுக்கு உள்ள வெறுப்பை வெளிக்காட்டுவதாக உள்ளது.

யூதர்களின் ஜாதிமீது இயேசு கொண்டிருக்கும் அளப்பரிய பாசத்தை லூக்கா தம் நூலில் எழுதாமல் தவிர்த்துவிடுகிறார். சமாரியர்மீதும் புறஜாதியார்மீதும் இயேசு கொண்டிருந்த வெறுப்பை மறைத்து, அவர்களுடனும் இயேசு நல்லுறவு கொண்டு உழைத்ததுபோலவும் பாதிக்கப்பட்ட மற்றும் தாழ்த்தப்பட்ட குழுவினருக்காக அவர் உழைத்ததாகவும் அவர் எழுதுகிறார். சில சம்பவங்களை அதற்கு உதாரணமாகக் கூறலாம்.

- ஊனமுற்றோர் மீது பரிவு (13:10-13)
- விதவைகளின் நலனில் ஈடுபாடு (7:11-15 மற்றும் 18:1-8)
- ஏழைகளுக்காக உழைத்தல் (16:19-31 மற்றும் 18:24-25)

- பாவிகளை மீட்பதில் விருப்பம் (15:11-31 மற்றும் 15:8-10 மற்றும் 19:1-7)

- வரிதண்டும் பாவிகளையும் இரட்சிக்கும் மனப்பான்மை (18:9-14)

மேற்கண்ட தகவல்களை எழுதி தம் நூலில் சேர்த்துக்கொண்டதன் மூலம் இயேசுவுக்கு ஒரு புதிய முகத்தையும் ஜாதிகளைக் கடந்த பொதுவான ஒரு முகவரியையும் லூக்கா கொடுக்கிறார்.

இயேசுவை உலகுக்கு அறிமுகப்படுத்த விரும்புகிறவர்கள், இன்று லூக்காவின் இந்த முகவரியையே இயேசுவுக்கு வழங்குகிறார்கள். ஆனால் லூக்கா இயேசுவுக்காகக் கொடுத்திருப்பது உண்மையான தகவல்கள் அல்ல. அவருடைய சீடர்கள் இத்தகவல்களுள் எதுவும் இயேசுவுக்கு உரியதாக எழுதவில்லை. இயேசுவின் பெயரால் மதத்தை உருவாக்கியபோது லூக்கா இயேசுவுக்கு வழங்கியிருக்கும் இத்தகவல் களையே அடிப்படையாகக் கொண்டுள்ளனர். ஆனால் இயேசுவின் உண்மையான முகம் வேறுவகையானது.

எனவே இந்த நூலில் இயேசுவின் வாழ்க்கை வரலாற்றை அறிய மத்தேயு, மாற்கு மற்றும் யோவானுடைய நூல்களை மட்டுமே பயன்படுத்தி இருக்கிறோம். லூக்காவை விலக்கியுள்ளோம். இயேசுவின் மரணத்துக்குப் பிந்தைய தகவல்களுக்காக, லூக்கா எழுதியிருந்தும்கூட, திருத்தூதர் பணிகள் என்னும் அப்போஸ்தலர் நடபடிகள் என்ற நூலைப் பயன்படுத்தியுள்ளோம்.

இயேசுவின் அற்புதங்களாலேயே மக்கள் கவரப்பட்டனர்

இயேசு கி.மு. 4-ல் கன்னி மேரிக்கு மகனாகப் பிறந்தார். தம்முடைய பன்னிரண்டு வயது வரை தம் பெற்றோருடன் அவர் வாழ்ந்ததாகவும், அதன் பின்னர் தன் முப்பதாவது வயது வரை பெற்றோருடன் அவர் வாழவில்லை என்றும் பாரம்பரியமாக பேசப்படுகிறது. அவர் எகிப்துக்குச் சென்றிருக்கக்கூடும் என்று வேறு சில நூல்கள் குறிப்பிடு கின்றன. ஏரோது மன்னனுக்கு அஞ்சிய இயேசுவின் பெற்றோர்கள் எகிப்துக்குச் சென்றதாகவும், ஏரோது இறந்தபின்னர் அங்கிருந்து தம் சொந்த ஊருக்குத் திரும்பி வந்ததாகவும் பைபிளில் குறிப்பு உள்ளது. குழந்தையாக இருந்தபோது எகிப்துக்குச் சென்றதுபோல, தம் இளம் வயதிலும் இயேசு அங்கு சென்றிருக்க வாய்ப்பு உண்டு. பழைய ஏற்பாட்டு ஓசேயா (11:1) எழுதியுள்ளதை மேற்கோளாக்கி மத்தேயு, ''இவ்வாறு எகிப்திலிருந்து என் மகனை அழைத்து வந்தேன்' என்று இறைவாக்கினர் வாயிலாக ஆண்டவர் உரைத்தது நிறைவேறியது' (2:15) என்கிறார். இச்செய்தி உண்மையாகவும் இருக்கக்கூடும். தமது முப்பதாவது வயதில் இயேசு தம் சொந்த நாட்டுக்குத் திரும்பிவந்த

போது பல்வேறு அற்புதங்களைச் செய்யும் கலைகளைக் கற்றுக் கொண்டு வந்திருக்கிறார். இது எகிப்தியரின் கலை என்பது சிந்திக்க வேண்டிய ஒன்றாகும்.

ஏற்கெனவே, பழைய ஏற்பாட்டுக்கால மோசேகூடப் பல கலைகளை அங்கிருந்துதான் கற்று வந்திருந்தார். மோசேயின் செயல்களை எகிப்திய அரசவையில் இருந்தவர்களும்கூட அறிந்திருந்ததாக பைபிள் கூறுகிறது (யாத்ராகமம் - விடுதலைப் பயணம் 7:22).

எது எப்படியாயினும் தமது முப்பதாவது வயதில் இயேசு தம் சொந்த ஊருக்குத் திரும்பி வந்தார். திருமுழுக்கு யோவான் எனப்பட்ட யோவான் ஸ்நாபகனிடம் திருமுழுக்குப் பெற்றார். பல்வேறு அற்புதங்களை அவர் செய்ததாக பைபிளில் குறிப்பிடப்பட்டுள்ளது. அவற்றைக் காண்பதற்காகவே இயேசுவைத் தேடி பலர் சென்றதாக பைபிள் அறிவிக்கிறது.

> கலிலேயாவிலும், யூதேயாவிலும், எருசலேயிலும், இதுமேயாவிலும், யோர்தானுக்கு அக்கரையிலும் இருந்த திரளான ஜனங்கள் வந்து, அவருக்குப் பின் சென்றார்கள். அல்லாமலும் திரு சீதோன் பட்டணங்களின் திசைகளிலிருந்து திரளான ஜனங்கள் அவர் செய்த அற்புதங்களைக் குறித்துக் கேள்விப்பட்டு, அவரிடத்தில் வந்தார்கள் (புரோட்டஸ்டண்ட் மொழிபெயர்ப்பு - மாற்கு 3:8. மற்ற மொழிபெயர்ப்புகளிலும் ஆங்கிலத்திலும் 'அற்புதங்கள்' என்ற சொல் இல்லை).

என்று எழுதப்பட்டுள்ளது. இயேசுவின் உபதேசங்களைவிட அவர் செய்த அற்புதங்களே மக்களை அவர்பால் இழுத்தது என்று நம்மால் அறிய முடிகிறது. இயேசுவின் சீடர்களால்கூட அவருடைய உபதேசங் களைப் புரிந்துகொள்ள முடியவில்லை என்பதற்காக இயேசு அவர் களைக் கண்டித்திருக்கிறார்.

ஒரு சமயம் இயேசு தம் சீடர்களுடன் கடலில், ஒரு படகில் பயணம் செய்துகொண்டிருந்தார். அப்போது பெரும் புயல் வீசியது. அலைகள் படகின்மேல் தொடர்ந்து மோத, அது தண்ணீரால் நிரம்பிக் கொண்டிருந்தது. இயேசுவோ படகின் பின் பகுதியில் தலையணை வைத்துத் தூங்கிக்கொண்டிருந்தார். இயேசுவின் சீடர்கள் இயேசுவை எழுப்பி, தம் உயிருக்கு ஏற்பட்டிருக்கும் ஆபத்தான சூழ்நிலையைத் தெரியப்படுத்தினர். இயேசு உடனே கடலை நோக்கி, 'இரையாதே. அமைதியாய் இரு' என்றார். உடனே காற்று அடங்கியது. மிகுந்த அமைதி உண்டாயிற்று. அதைக்கண்ட அவருடைய சீடர்கள், 'காற்றும் கடலும் இவருக்குக் கீழ்ப்படிகின்றனவே! இவர் யாரோ?' என்று ஒருவரோடு ஒருவர் பேசிக்கொண்டார்கள் (மாற்கு 4:35-41).

சீடர்கள்கூட, இயேசுவை மெசியா என அறிந்து பின்பற்றுவதற்குபதில், அவருடைய அற்புதங்களைக் கண்டே அவரைப் பின்பற்றினர் என அறியலாம்.

ஒரு சமயம் இயேசு கப்பர்நாகூமில் உள்ள ஒரு தொழுகைக் கூடத்தில் போதித்தபோது, தன்னைக் கடவுள் அனுப்பிய உணவு எனப் பேசினார். மேலும், அவருடைய உடலைப் புசித்து, அவருடைய இரத்தத்தைக் குடிப்போர் என்றும் வாழ்வர் என்று அறிவித்தார். அப்போது, அவருடைய சீடர் பலர் இதைக் கேட்டு, 'இதை ஏற்றுக்கொள்ளுவது மிக்க கடினம்; இப்பேச்சை இன்னும் கேட்டுக்கொண்டிருக்க முடியுமா?' என்று பேசிக்கொண்டனர். இது பற்றித் தம் சீடர் முணுமுணுப்பதை இயேசு உணர்ந்து அவர்களிடம், 'நீங்கள் நம்புவதற்கு இது தடையாய் இருக்கிறதா?' என்று கேட்டார் (யோவான் 6:53-61).

இப்படித்தான், இயேசுவின் உபதேசம் அவருடைய சீடர்களுக்கு முணுமுணுப்பை ஏற்படுத்தியது.

வேறொரு சமயம் இயேசு ஒரு கடலோரத்தில் போய் அமர்ந்தார். மக்கள் பெருந்திரளாக ஒன்றுகூடி அவரிடம் வந்தனர். அவர்களுடன் உவமையில் இயேசு உரையாடிக்கொண்டிருந்தார். இதுபற்றி கீழ்க்கண்டவாறு மத்தேயு எழுதுகிறார்:

> சீடர்கள் அவர் அருகே வந்து, 'ஏன் அவர்களிடம் உவமைகள் வாயிலாகப் பேசுகின்றீர்?' என்று கேட்டார்கள். அதற்கு இயேசு அவர்களிடம் மறுமொழியாகக் கூறியது: 'விண்ணரசின் (பரலோக ராஜ்ஜியம்) மறைப்பொருளை அறிய உங்களுக்குக் கொடுத்து வைத்திருக்கிறது; அவர்களுக்கோ கொடுத்து வைக்கவில்லை. உள்ளவருக்குக் கொடுக்கப்படும்; அவர் நிறைவாகப் பெறுவார். மாறாக, இல்லாதவரிடமிருந்து உள்ளதும் எடுக்கப்படும்' என்றார் (13:10-12).

அப்போது பல விஷயங்களை அவர் உவமைகள் மூலமே பேசினார். அதன் பின்னர் நடந்ததுபற்றி மத்தேயு இவ்வாறு சொல்கிறார்:

> அதன் பின்பு இயேசு மக்கள் கூட்டத்தினரை அனுப்பி விட்டு வீட்டுக்குள் வந்தார். அப்போது அவருடைய சீடர்கள் அவர் அருகே வந்து, 'வயலில் தோன்றிய களைகள் பற்றிய உவமையை எங்களுக்கு விளக்கிக் கூறும்' என்றனர் (13:36).

மேற்கண்ட வசனங்களிலிருந்து சில விஷயங்கள் தெளிவாகின்றன.

- இயேசுவிடம் வந்து உபதேசம் கேட்ட சாதாரண இஸ்ரேலிய மக்களுக்கு அவர் பேசிய விஷயங்கள் புரியவில்லை.

அவர்களுக்குப் புரியக்கூடாது என்பதற்காகவே அவர்களிடம் அவர் உவமையில் பேசினார்.

- இயேசுவின் சீடர்களோ, இயேசு பேசும் செய்திகளைப் புரிந்து கொள்ளக் கொடுத்து வைத்தவர்கள்; ஆனால் அவர்களுக்கும் அது புரியவில்லை.

இதுதான் உண்மை என்றால், இயேசுவின் உபதேசத்தால் பலனடைந்தவர் யார்?

மேற்கண்ட தகவல்களிலிருந்து, இயேசுவை மெசியா என விசுவாசித்து எவரும் அவரைப் பின்பற்றவில்லை என்பதை அறியலாம். அவர் களுடைய சீடர்கள்கூட, அவர் யார் என்பது தெரியாமலும், அவரது பேச்சு புரியாமலும், அவரது பேச்சை விசுவாசிக்காமலும்தான் அவரோடு உறவாடியிருக்கிறார்கள். ஆனால் அவர் செய்த அற்புதங்கள், அனைத்துத் தரப்பினரையும் கவர்ந்துள்ளது.

இயேசுவின் திருத்தூதர்களாகிய அப்போஸ்தலர்களும் அவர்கள் செய்த பணிகளும்

தன்னால் கவரப்பட்டவர்களுள் பன்னிரண்டு பேர்களைத் தன் பிரதான சீடர்களாக இயேசு தேர்வு செய்தார். அவர்களை 'திருத்தூதர்கள்' என்று பொது மொழிபெயர்ப்பும் 'அப்போஸ்தலர்கள்' (Apostles) என்று புரோட்டஸ்டண்ட் மொழிபெயர்ப்பும் குறிப்பிடுகின்றன. அவர்களை இஸ்ரேலியர்களிடம் சென்று பணியாற்றுமாறு இயேசு கட்டளை யிட்டார். அவர்கள் பணியாற்றவேண்டிய முறைகள் பற்றி இயேசு கீழ்க்கண்டவாறு கட்டளையிட்டதாக பைபிள் தெரிவிக்கிறது.

இந்தப் பன்னிருவரையும் இயேசு அனுப்புகையில், அவர்களுக்குக் கட்டளையிட்டுச் சொன்னது என்னவென்றால்: நீங்கள் புறஜாதியார் நாடுகளுக்குப் போகாமலும், சமாரியார் பட்டணங்களில் பிரவேசி யாமலும் காணாமற் போன ஆடுகளாகிய இஸ்ரேல் வீட்டாரிடத்தில் போங்கள் (மத்தேயு 10:5,6 புரோட்டஸ்டண்ட் மொழிபெயர்ப்பு).

இயேசுகூட புறஜாதியார்களிடம் பணியாற்றவில்லை. அதனை அறிவிக்கும் விதமாய்க் கீழ்க்கண்ட வசனத்தை பைபிள் தருகிறது. கொர்னேலியுவின் இல்லத்தில், இயேசு பணியாற்றிய இடங்கள் பற்றி பேதுரு பேசும்போது,

'யூதரின் நாட்டுப்புறங்களிலும் எருசலேம் நகரிலும் அவர் செய்த அனைத்திற்கும் நாங்கள் சாட்சிகள்' (அப்போஸ்தலர் நடபடிகள் - திருத்தூதர் பணிகள் 10:39)

என்று அறிவிக்கிறார்.

அதாவது, இயேசுவும் புறஜாதியாரிடம் போகவில்லை; தம்முடைய சீடர்களும் அவர்களிடம் சென்று பணியாற்ற இயேசு அனுமதிக்க வில்லை. 'மெசியா' என்பவர் இஸ்ரேலியர்களுக்கு மட்டுமே சொந்தமானவர்; அவர் புறஜாதியாரிடம் சென்று பணியாற்றுவது தவறானது என்பதை பைபிள் நன்கு புரிந்துவைத்திருந்தது.

திருத்தூதர்கள் என்னும் அப்போஸ்தலர்கள், யூதர்களிடம் போய்ச் செய்யவேண்டிய பணிகள் என்ன என்பதையும் இயேசு வரையறுத்துக் கூறியிருந்தார்.

- 'விண்ணரசு எனப்படும் பரலோக ராஜ்ஜிய வாழ்வு' விரைவில் அவர்களுக்குக் கிடைத்துவிடும் என அறிவித்தல்.

- நோயுற்றவர்களைக் குணப்படுத்துதல்.

- குஷ்ட ரோகிகளை நலமாக்குதல்.

- இறந்தவர்களை உயிர் பெற்றெழச் செய்தல்.

- பேய்களை விரட்டுதல் (மத்தேயு 10:7, 8).

மேற்கண்ட பணிகளையே செய்யுமாறு தம்முடைய சீடர்களுக்கு இயேசு உத்தரவிட்டார். அவரும் அப்பணிகளைத் தவிர வேறெதையும் செய்ததாக பைபிள் அறிவிக்கவில்லை. ஆனால் இப்பணிகள் எவையும் மெசியாவின் பணிகள் அல்ல என்பதை நாம் கவனத்தில் கொள்ள வேண்டும்.

நம்புகிற யூதர்களும் நம்பாத யூதர்களும்

இயேசுவின் மேற்கண்ட பணிகளால் யூதர்கள் சிலர் கவரப்பட்டார்கள். அவ்வாறு கவரப்பட்டவர்களிடம், 'மெசியா ஒருவர் வருவார்' என்று இஸ்ரேலியர்கள் எதிர்பார்த்துக் காத்திருக்கிறவராகிய அந்த மெசியா வந்துவிட்டார் என்றும் 'இயேசுதான் அவர்' என்ற கருத்தும் பிரசாரமாக செய்யப்பட்டது. சில இஸ்ரேலிய யூதர்கள் அதனை ஏற்றுக்கொண்டு இயேசுவை நம்பினர். அவர்களைக் குறிப்பிட, 'நம்புகிற யூதர்கள்' (Believing Jews) என்ற தொடரை இந்நூலில் நாம் பயன்படுத்துகிறோம். பைபிளில் 'இயேசுவின் சீடர்கள்' என்ற சொல் பயன்படுத்தப்பட்டுள்ளது. அவர்கள் அனைவரும் யூதர்கள் என்பதை நினைவில் கொள்ளவேண்டும்.

இயேசுவை மெசியா என்று நம்புகிற யூதர்களை 'கிறிஸ்தவர்கள்' என்று பைபிளில் சில இடங்களில் குறிப்பிடப்பட்டுள்ளது. 'கிறிஸ்து' மற்றும் 'கிறிஸ்தவர்' என்னும் சொற்கள் கி.பி. 49-க்குப் பின்னரே நடைமுறைக்கு வந்தன. இந்தச் சொல்லைப் பயன்படுத்தியவர், கி.பி. 36 வாக்கில் பைபிளில் அறிமுகமாகிற பவுல் என்பவர் ஆவார். இது இயேசு மரணம் அடைந்த மூன்று ஆண்டுகளுக்குப் பின்னர்தான். பைபிள்கூட

முதன்முதலில் 'கிறிஸ்தவர்' என்ற சொல் அந்தியோகியாவில்தான் பயன்படுத்தப்பட்டது என அறிவிக்கிறது (அப்போஸ்தலர் நடபடிகள் - திருத்தூதர் பணிகள் 11:26). இக்காலகட்டம் சுமார் கி.பி. 46 ஆக இருக்கவேண்டும். இது இயேசு மரணமடைந்து 13 ஆண்டுகளுக்குப் பிறகுதான் என்பது கவனத்திற்குரியது.

இயேசுவை புறஜாதியாருக்கும் அறிமுகப்படுத்திடவேண்டும் என்ற பவுலின் தீர்மானத்துக்குப் பின்னரே 'கிறிஸ்தவர்' என்ற சொல்லும் 'கிறிஸ்து' என்ற சொல்லும் பயன்பாட்டுக்கு வந்தன. அதாவது, 'கிறிஸ்து' என்ற சொல் புறஜாதியாரோடு சம்பந்தப்பட்டது. ஆனால் மொழிபெயர்ப்பாளர்களும் பிற்கால வரலாற்றாசிரியர்களும் இயேசுவைப் பற்றியும் மெசியாவைப் பற்றியும் குறிப்பிடவேண்டிய இடங்களிலும் 'கிறிஸ்து' என்ற சொல்லையும் கூடவே சேர்த்து எழுதிவிடுவதால் பொதுவாகக் குழப்பமே ஏற்படுகிறது.

எனவே, இயேசுவை மெசியா என நம்பியவர்களை, 'இயேசுவின் சீடர்கள்' என்று பைபிள் அறிமுகப்படுத்துகிறது என்பதை நாம் புரிந்து கொள்ளவேண்டும். ஆலய குருக்கள், சதுசேயர்கள், பரிசேயர்கள், சட்டநூல் வல்லுநர்கள் மற்றும் சாதாரண யூதக் குடிமக்களுள் பெரும்பான்மையினர் இயேசுவை மெசியா என நம்பவில்லை. பைபிள் அவர்களை 'யூதர்கள்' என்று குறிப்பிடுகிறது. இவர்களை 'நம்பாத யூதர்கள்' (Non-believing Jews) என்று இந்நூலில் நாம் அடையாளப் படுத்திக் கூறுகிறோம். நம்புகிறவர்களும் யூதர்கள்; நம்பாதவர்களும் யூதர்கள். எனவே இயேசுவின் பெயரால் பிளவுபட்டுப்போன சமுதாயத்தை அடையாளம் காட்டிட இச்சொற்கள் நமக்கு உதவியாக இருக்கும்.

கி.மு. 586-ல் தொடங்கி, நெபுகத்நெசர் முதலான புறஜாதியினரால் இஸ்ரேலிய யூதர்களுக்கு உண்டாக்கப்பட்ட பேரழிவுகளிலிருந்து அவர்களை இரட்சித்து மீட்க, ஒரு மெசியா வருவார் என எதிர்பார்த்திருந்த இஸ்ரேலியர்களுக்கு இயேசுவின் பணிகளால் நிறைவு ஏற்படவில்லை. மெசியா வருகிற காலத்தில் அவரால் செய்து முடிக்கப்படவேண்டிய பணிகளுள் எதனையும் இயேசு செய்யவில்லை என்பதே அதற்குரிய காரணமாகும். அதனால்தான் அவர்கள் இயேசுவை மெசியா என நம்பாத யூதர்கள் ஆயினர். இத்தகையவர்கள், பழைய ஏற்பாடு அறிவிக்கும் மெசியாவானவர் நாளதுவரை வரவில்லை என்றும், விரைவில் வந்துவிடுவார் என்றும் இன்றுவரை நம்பி, எதிர்பார்த்துக் காத்திருக்கிறார்கள். இன்றைய யூதர்கள் அவர்களே. அவர்களுடைய மதம், யூத மதம் எனப்படுகிறது.

ஆனால் யூதர்களுள் ஒரு பிரிவினர் இயேசுவை மெசியா என ஏற்றுக்கொண்டனர். கி.பி. 49-க்குப் பிறகு ஏற்பட்ட சூழ்நிலையின் அடிப்படையில், புறஜாதியினரும் இயேசுவை 'கிறிஸ்து' என ஏற்றுக்

கொண்டுள்ளனர். எனவே அவர்கள் அனைவரும் 'கிறிஸ்தவர்' என்ற பெயருடன் தனி மதமாக இன்று செயல்பட்டு வருகின்றனர்.

பரலோக ராஜ்ஜியம் அல்லது விண்ணரசு என்றால் என்ன?

புதிய ஏற்பாட்டுக் காலத்தில் இன்னொரு கொள்கையில் ஏற்பட்ட மாற்றத்தை நாம் புரிந்துகொள்ளவேண்டியது அவசியமாகும். பழைய ஏற்பாட்டு நூல்களில் யூதர்கள் இழந்த நாட்டினைத் திரும்பப் பெறுதல், அதாவது தங்கள் ராஜ்ஜியத்தினை மீண்டும் பெறுதல் என்பதே 'விடுதலை' அல்லது 'இரட்சிப்பு' எனப்பட்டது. ஆனால் புதிய ஏற்பாட்டில் அது 'பரலோக ராஜ்ஜியம்' எனக் குறிப்பிடப்பட்டு, கடவுள் சார்ந்த விஷயமாக மாற்றப்பட்டது.

பழைய ஏற்பாட்டில் கி.மு. 586-ல் நெபுகத்நெசர் யூதேயா நாட்டின்மீது படையெடுத்து வந்து யூதர்களை வென்றார். எருசலேம் ஆலயம் சேதப்படுத்தப்பட்டது; ஆயிரக்கணக்கில் யூதர்கள் பல நாடுகளுக்கும் தப்பியோடி, பின்னர் நாடு இழந்தவர்களாக மாறி, கடைசியில் காணாமல் போன ஆடுகள் ஆயினர். பல்லாயிரக்கணக்கான யூதர்கள் அடிமைகளாக பாபிலோனுக்கு எடுத்துச் செல்லப்பட்டனர். பாபிலோனியர்களுக்குப்பின் பாரசீகர்கள், கிரேக்கர்கள், ரோமானியர்கள் என ஒருவர் மாற்றி இன்னொருவராகப் புறஜாதியார்கள் யூதர்கள்மீது ஆதிக்கம் செலுத்திவந்தனர். எனவே யூதர்கள் தங்கள் நாட்டின் விடுதலைக்காக ஏங்கினர். அப்போது அவர்களுக்குத் தேவையாக இருந்தது, தங்கள் சொந்த நாட்டின் விடுதலை மட்டுமே. இந்நிலையில் ஒரு 'தேசியத் தலைவர்' என்னும் நிலையில், ஒரு மெசியாவை அனுப்பி, அவர்கள் அடிமைகளாக இருக்கும் நாடுகளிலிருந்து அவர்களை மீட்டு இரட்சிக்கப் போவதாக ஆண்டவர் என்னும் கர்த்தர் தம்முடைய இறைவாக்கினர்மூலம் அறிவித்திருந்தார். எனவே ஒரு மெசியாவையே அவர்கள் மகிழ்வுடன் எதிர்பார்த்துக் காத்திருந்தனர்.

மெசியாவைக் கடவுள் என அவர்கள் கருதியிருக்கவில்லை. ஏனெனில் அவர்களுக்கு என சொந்தமாக ஏற்கெனவே யெகோவா என்ற கடவுள் இருந்தார். இன்னும் ஒரு புதிய கடவுள், மெசியா என்ற பதவியின் பெயரால் அவர்களுக்குத் தேவைப்படவில்லை.

அடிமைகளாக வாழ்ந்தபோது, புறஜாதியர்களுடன் தொடர்பும் அதன்மூலம் அவர்களுடைய மதம் சார்ந்த விஷயங்களில் தெளிவும் இஸ்ரேலிய யூதர்களுக்கு ஏற்பட்டது. கிரேக்க மதத்தின் உட்பிரிவான 'ஜ்னாஸ்டிக் மதம்' (Gnosticism) கூட 'விடுதலை'யைப் பற்றிப் பேசியது. ஆனால் அது, 'அரசியல் விடுதலை'யைப் பற்றிப் பேசாமல் 'ஆன்மிக விடுதலை'யைப் பற்றிப் பேசியது. இக்கொள்கைகள் யூத மக்கள் மத்தியில் மரியாதை பெற்றுவந்தன.

இந்நிலையில் இயேசுவை மெசியா என அவருடைய சீடர்கள் அறிவித்தனர். ஆயினும், இயேசுவின் மூலமாக இஸ்ரேலியர்களுக்கு அரசியல் சார்ந்த விடுதலை கிடைக்கவில்லை. இயேசுவிடமிருந்து அவர்கள் அரசியல் விடுதலையையே எதிர்பார்த்தனர். அதனால்தான் இயேசு மரணம் அடைந்தபின்னர் உயிரோடு எழுப்பப்பட்ட காலத்தில் கூட, தங்களுடைய நாட்டின் விடுதலை எப்போது தங்களுக்குக் கிடைக்கும் என்றுதான் அவரிடம் விசாரித்தார்களே தவிர, 'ஆன்மிக விடுதலை' பற்றி அம்மக்கள் பேசவில்லை (அப்போஸ்தலர் நடபடிகள் - திருத்தூதர் பணிகள் 1:6).

இவ்விடுதலையானது கி.பி. 1947 ஆகஸ்டு 15-க்கு முந்தைய இந்தியர் களின் நிலையைப் போன்றதாகும். ஆங்கிலேயர்களிடம் அடிமைப் பட்டுப்போயிருந்த இந்தியர்கள், நாட்டின் விடுதலையாகிய அரசியல் விடுதலைக்காக ஏங்கினார்களே தவிர, ஆன்மிக விடுதலைக்கு அல்ல.

இன்னொரு விஷயமும் கவனிக்கவேண்டியதாகும். புதிய ஏற்பாட்டுக் காலத்தில் யூதர்கள் ரோமானியர்களின் ஆட்சியின்கீழ் இருந்தனர். அவர்களை எதிர்த்துப் புரட்சி செய்யும் நிலையில் அப்போது யூதர்கள் இல்லை. இயேசுவே மெசியா என அறிவிக்கப்பட்ட நிலையில்கூட, பெரும்பாலான யூதர்கள் அவரை ஆதரிக்கவில்லை. ஆலய குருக்கள், சதுசேயர்கள், பரிசேயர்கள் மற்றும் சட்ட வல்லுநர்கள் முதலான ஆளும் கணத்தவர்கள் அனைவரும் இயேவை எதிர்த்தனர். இயேசுவோடு கூட இருந்த அனைவரும் பாமரர்கள். எனவே இயேசுவால் அரசியல் விடுதலையைச் சாதிக்க முடியாது என்பது இயேசுவின் சீடர்களுக்குத் தெரிந்திருந்தது.

அதனால் அவர்கள் யூத மதத்தின் கொள்கையையும் கிரேக்க மதத்தின் ஜ்னாஸ்டிக் கொள்கையையும் கலந்து ஒரு புதிய கொள்கையை அறிவித்தனர். அதுதான் விண்ணரசு என்லும் பரலோக ராஜ்ஜியம் (Kingdom of God) என்ற கொள்கை.

இக்கொள்கையின்படி, இஸ்ரேலியர்களுக்கு கிடைக்கப்போவது அவர்களுக்குச் சொந்தமான நாடுதான், அதாவது அரசியல் விடுதலை தான்; ஆனால், தற்போது அந்நாடு உருவாக்கப்பட்டு கடவுளின் பொறுப்பில் பாதுகாப்பாக இருக்கிறது; அதுதான் 'புதிய எருசலேம் நகர்' (New Jerusalem); இயேசுவின் இரண்டாம் வருகைக்கு முன்னர் நடக்கவிருக்கும் இறுதி நியாயத்தீர்ப்பின் (Judgement) மூலம் அந்நகரில் வாழ்வதற்கு எனச் சிலர் தேர்வு செய்யப்படுவார்கள்; அந்நிலையில் புதிய எருசலேம் நகர் விண்ணிலிருந்து கீழிறங்கி வந்து இந்த பூமியில்தான் அமையும் (வெளிப்படுத்தின சுவிசேஷம் - திருவெளிப்பாடு 21:10) என்றும், அப்போது அந்நகரில் வாழ்வதற்கெனத்

தேர்வு செய்யப்பட்டிருப்பவர்கள் மட்டும் அங்கு செல்வார்கள் என்றும் புதிய ஏற்பாட்டில் எழுதினார்கள்.

இவ்வாறு, ராஜ்ஜியம் என்ற சொல், பரலோக ராஜ்ஜியம் என மாற்றம் பெற்றது. அதாவது, இவ்வுலகில் அமையவேண்டிய ராஜ்ஜியமானது, பரலோகத்தில் இருக்கிற கடவுளால் உருவாக்கப்பட்டு, அதுவே கீழிறங்கி வரும் என்பதே பைபிள் தரும் வழிகாட்டுதலாகும். இனி இயேசுவின் வாழ்க்கை வரலாற்றைத் தொடர்ந்து காண்போம்.

இயேசுவின் துக்கம்

இயேசுவின் காலத்தில் புறஜாதி ரோமானியர்கள் ஆட்சி நடைபெற்று வந்தது. இந்நிலையில் இயேசு தம்மை மெசியா என அறிவித்துக் கொண்டது பெரும்பாலான யூதர்களுக்குக் கடும் அச்சத்தை ஏற்படுத்தியது. ஏனெனில், மெசியா என்பவர் யூதர்களின் ராஜாவாகப் பதவி ஏற்கவேண்டும். யூதர்கள் இயேசுவை மெசியா என ஏற்றுக் கொண்டால், நாட்டில் ஒரு புரட்சி வெடிக்கும். அதனை அடக்க ரோமானியர்கள் படையை அனுப்புவார்கள். கி.மு. 586-ல் நெபுகத்நேசர் காலத்தில் ஏற்பட்டதுபோல இஸ்ரேலிய யூதர்களுக்கு மீண்டும் ஓர் அழிவு ஏற்படும் என அவர்கள் அஞ்சினர். எனவே இயேசுவைக் கொலை செய்ய அவர்கள் திட்டம் திட்டினார்கள் (யோவான் 11:45-52).

இதனைக் கேள்விப்பட்ட இயேசு அன்றிலிருந்து வெளிப்படையாக நடமாடவில்லை. அவ்விடத்திலிருந்து விலகிச்சென்று பாலைவனப் பகுதியில் வாழலானார் (யோவான் 11:53-54).

பின்னர், தாம் மெசியா என்பதை எவரிடமும் சொல்லவேண்டாம் என்று தம் சீடர்களிடம் கண்டிப்பாகக் கூறினார் (மத்தேயு 16:20. புரோட்டஸ்டண்ட் மொழிபெயர்ப்பில் மெசியா என்பதற்குப் பதிலாக 'கிறிஸ்து' என எழுதியுள்ளனர்).

ஒரு சமயம் பாஸ்கா பண்டிகை வந்தது. அப்போது, தன்னுடைய எதிரிகள் குறித்து அச்சம் கொண்ட இயேசு,

இப்போது என் உள்ளம் கலக்கமுற்றுள்ளது. நான் என்ன சொல்லுவேன்? 'தந்தையே, இந்த நேரத்திலிருந்து என்னைக் காப்பாற்றும்' என்பேனோ? இல்லை! இதற்காகத்தானே இந்நேரம் வரை வாழ்ந்திருக்கிறேன். தந்தையே, உம் பெயரை மாட்சிமைப் படுத்தும் (யோவான் 12:27-28).

என்றார்.

இன்னொரு சமயம் யூதர்களின் கூடாரப் பண்டிகை வந்தது. தாங்கள் திருவிழாவுக்காக எருசலேமுக்கு போவதாகவும் இயேசுவும் தங்களுடன்

வரும்படியும் அவருடைய சகோதரர்கள் இயேசுவை அழைத்தனர். அவர்களிடம் 'தான் வரவில்லை' என்று கூறிவிட்டு, தம் சகோதரர்கள் திருவிழாவுக்குப் போன பின் இயேசுவும் சென்றார். ஆனால் அவர் வெளிப்படையாக அன்றி மறைவாகச் சென்றார். திருவிழாவின்போது, 'அவர் எங்கே?' என்று யூதர்கள் இயேசுவைத் தேடினார்கள் (யோவான் 7:8-11) என்று யோவான் கூறுகிறார்.

இயேசுவின் கடைசிக்காலத்தில் தம் சீடர்களுடன் கெத்சமனி என்னும் பெயர் கொண்ட ஓர் இடத்துக்கு இயேசு வந்தார். அப்போது அவர்,

> 'எனது உள்ளம் சாவு வருமளவுக்கு ஆழ் துயரம் கொண்டுள்ளது; நீங்கள் இங்கேயே தங்கி விழித்திருங்கள்' என்று அவர்களிடம் கூறினார். சற்று அப்பால் சென்று தரையில் விழுந்து, முடியுமானால் அந்த நேரம் தம்மை விட்டு விலகுமாறு இறைவனிடம் வேண்டினார். 'அப்பா, தந்தையே, உம்மால் இயலும். இத்துன்பக் கிண்ணத்தை என்னிடமிருந்து அகற்றும். ஆனாலும் என் விருப்பப்படி அல்ல, உம் விருப்பப்படியே நிகழட்டும்' (மாற்கு 14:32-36 மற்றும் மத்தேயு 26:36-39)

என்றார்.

இயேசு சிலுவையில் அறையப்பட்டார். அப்போது தனக்கு ஏற்பட்ட வேதனையை தாங்கிக்கொள்ள முடியாமல், 'என் தேவனே, என் தேவனே, என்னை ஏன் கைவிட்டீர்' என்று உரக்க கத்தினார். (மத்தேயு 27:46)

மேலும் ஐந்து அப்பத்தின்மூலம் ஐயாயிரம் பேருடைய பசியைப் போக்கியவர் இயேசு (மத்தேயு 14:16-21). ஆனால் தன் சொந்தப் பசியைப் போக்க முடியாமல் ஓர் அத்தி மரத்தைச் சபித்தார். அது பட்டுப்போயிற்று (மாற்கு 11:12-22 மற்றும் மத்தேயு 21:18-20). ஆகவே இயேசுவின் துக்கம்கூட சந்தோஷமாக மாறக்கூடிய நிலை அப்போது இல்லாதிருந்தது.

இயேசுவின் சிலுவை மரணமும் உயிர்த்தெழுதலும்

கெத்சமனி தோட்டத்தில் அவர் கடவுளிடம் வேண்டுதல் முடித்ததும், இயேசுவின் பன்னிரண்டு திருத்தூதர்களில் ஒருவரான யூதாஸ் என்பவர் தலைமைக் குருக்கள், மறைநூல் அறிஞர்கள் மற்றும் மூப்பர்கள் அனுப்பிய ஆட்களோடு அங்கு வந்தார். அவர்கள் இயேசுவைக் கைது செய்தார்கள். அதன் பின்னர் தலைமைச் சங்கம் மற்றும் ரோமானிய ஆளுநரான பிலாத்து ஆகியோர் முன்னிலையில் விசாரணை நடை பெற்றது. முடிவில் இயேசுவுக்கு சிலுவை மரணம் என முடிவு செய்யப்பட்டது; இயேசு சிலுவையில் அறையப்பட்டார்.

ஒரு வெள்ளிக்கிழமை இருட்டத் தொடங்கும் நேரம்முதல் ஞாயிற்றுக் கிழமை அதிகாலைவரை சுமார் 36 மணிக்கூர் இயேசுவின் உடல் ஒரு கல்லறையில் வைக்கப்பட்டிருந்ததாகவும்; ஞாயிற்றுக்கிழமை அதிகாலை மகதலேனா மரியாள் மற்றும் சிலர் கல்லறையைச் சென்று பார்த்தபோது கல்லறையினுள் அவருடைய உடல் இல்லை என்பதை அவர்கள் கண்டறிந்ததாகவும்; யாரோ அவர்களுக்கு, இயேசு உயிரோடு எழுந்து சென்றுவிட்டார் என்று அறிவித்ததாகவும் பைபிளில் எழுதப் பட்டுள்ளது. கல்லறைக்குச் சென்று அப்பெண்கள் பார்த்தபோது இயேசு உயிர்த்தெழுந்த தகவலை அவர்களுக்கு அறிவித்தவர் கடவுளின் தூதர் என்று மத்தேயு எழுதுகிறார்.

மகதலேனா மரியாள் என்ற பெண்ணிடமிருந்து ஏழு பேய்களை இயேசு ஓட்டியிருந்தார் (மாற்கு 16:9,10). அதாவது, பேய் பிடிக்குமளவுக்கு மன நலம் பாதித்த ஒரு பெண் கூறிய தகவல்களின் அடிப்படையிலேயே, இயேசுவின் உயிர்த்தெழுதல் (Resurrection) சம்பவம் பைபிளில் பதிவு செய்யப்பட்டுள்ளது.

உயிர்த்தெழுந்த இயேசு அதன்பின் தம்முடைய சீடர்களைச் சந்தித்தார். அதுவரை யூதர்களுக்குரிய மெசியாவாக இருந்து பணியாற்றிய இயேசு, இப்போதுமுதல் புறஜாதியார் நலனில் அக்கறை கொண்டவராக மனம் மாறியதாகவும், 'உலகெங்கும் சென்று படைப்பிற்கெல்லாம் தன்னுடைய நற்செய்தியை அறிவிக்குமாறு' தம் சீடர்களுக்குக் கட்டளை இட்டதாகவும் பைபிளில் எழுதப்பட்டுள்ளது (மாற்கு 16:15). ஆனால் இவ்வசனம் உட்பட, மாற்கு 16:9-20 வரை உள்ள பன்னிரண்டு வசனங்கள் உண்மையானவை அல்ல என்றும், Codex Sinaiticus, Codex Vaticanus ஆகிய முக்கியமான பிரதிகளில் இவ்வசனங்கள் இல்லை என்றும், பிற்காலத்தில் யாரோ எழுதி இவற்றைச் சேர்த்துள்ளனர் என்றும் அறிகிறோம். இந்த விவரங்கள், தமிழின் பொது மொழிபெயர்ப்பு, ஆங்கிலத்தின் King James Version, Catholic Edition, Good News Bible, New Thompson Student Bible போன்றவற்றில் உள்ளன. ஆனால் தமிழ் புரோட்டஸ்டண்ட் மொழிபெயர்ப்பு, கத்தோலிக்க மொழிபெயர்ப்பு ஆகியவற்றில் இல்லை.

இயேசு மரணமடைந்தபின்னர் சலிப்படைந்துவிட்ட சீடர்களுள் பலர் மீண்டும் தத்தமது பழைய தொழிலுக்கே திரும்பிவிட்டார்கள் (யோவான் 21:1-3). உயிர்த்தெழுந்த இயேசு மீண்டும் வான் புகுவதற்குமுன் தன் சீடர்கள் அனைவரையும் சந்தித்தார். அதன்பின்னரே அவர்கள் இயேசுவுக்காக மீண்டும் திரும்பி வந்தனர்.

இயேசுவின் இரண்டாம் வருகைக் கொள்கை

இயேசுவின் மூலம் தங்களுடைய சொந்த நாடு கிடைக்கும் என எதிர்பார்த்திருந்த அவருடைய சீடர்களுக்கு அவருடைய மரணம் பெரிய ஏமாற்றமாகிவிட்டது. எனவே, இயேசு மரணமடைந்ததும் அவருடைய சீடர்கள் இரண்டாம் வருகைக் கொள்கையை ஏற்படுத்திக் கொண்டு, 'மீண்டும் இரண்டாவதாக அதே இயேசு வரப்போவதாகவும், அவ்வாறு வருகிறபோது தங்களுடைய தேவைகள் அனைத்தும் நிறைவேறிவிடும் என்றும், தங்களுடைய துக்கம் அனைத்தும் அப்போது சந்தோஷமாக மாறிவிடும்' (யோவான் 16:20) என்றும் நம்பி, அவ்வாறே பிரசாரமும் செய்துவந்தார்கள்.

இரண்டாம் வருகை 'உடனடியாக' நிறைவேறிவிடும் என்று நம்பிய அவர்கள், அதனை எதிர்பார்த்துக் காத்திருந்தார்கள். அதாவது, அதுவரை மெசியாவின் முதல் வருகையை எதிர்பார்த்துக் காத்திருந்த மக்கள், இப்போது இயேசுவின் இரண்டாம் வருகையை எதிர்பார்த்துக் காத்திருக்கும் பணியைத் தொடங்கினார்கள்.

இரண்டாம் வருகை மிக அண்மையில் இருக்கப்போவதாக இயேசுவும் அறிவித்திருந்தார். ஒரு சமயம் தம் சீடர்கள் மத்தியில் இயேசு பேசும் போது, கூறிய விஷயங்களாக பைபிள் கீழ்க்கண்ட தகவலைத் தருகிறது.

அன்றியும், அவர் அவர்களை நோக்கி, இங்கே நிற்கிறவர்களில் சிலர் தேவனுடைய ராஜ்ஜியம் பலத்தோட வருவதைக் காணும் முன் மரணத்தை ருசி பார்ப்பதில்லையென்று மெய்யாகவே உங்களுக்குச் சொல்லுகிறேன் (மாற்கு 9:1 மற்றும் மத்தேயு 16:28 புரோட்டஸ்டண்ட் மொழிபெயர்ப்பு).

இயேசுவின் சீடர்கள் பெரும்பாலும் இயேசுவின் வயதை ஒத்தவர்கள். எனவே, இயேசு கூறியது உண்மையெனில் கி.பி. முதலாம் நூற்றாண்டிலேயே அவருடைய இரண்டாம் வருகையும் நடந்து முடிந்திருக்கவேண்டும். இயேசுவின் அறிவிப்பை நம்பிய அவருடைய சீடர்கள் தங்கள் சொத்துகளை விற்றுச் செலவுசெய்யத் தொடங்கி விட்டதாக பைபிள் அறிவிக்கிறது.

நிலபுலன்களை அல்லது வீடுகளை உடையோர் அவற்றை விற்று அந்தத் தொகையைக் கொண்டுவந்து திருத்தூதருடைய (அப்போஸ்தலர்) காலடியில் வைப்பர்; அது அவரவர் தேவைக்குத் தக்கவாறு பகிர்ந்து கொடுக்கப்படும் (அப்போஸ்தலர் நடபடிகள் - திருத்தூதர் பணிகள் 4:34,35).

ஆனால் இரண்டாம் வருகை காலந்தாழ்ந்து போவதாக அக்காலத்திலேயே கருதப்பட்டதாக இயேசுவின் சீடர் பேதுரு எழுதுகிறார்.

ஆண்டவர் தம் வாக்குறுதியை நிறைவேற்றக் காலந்தாழ்த்து வதாகச் சிலர் கருதுகின்றனர். ஆனால், அவர் அவ்வாறு காலந் தாழ்த்துவதில்லை. மாறாக, உங்களுக்காகப் பொறுமையோடு இருக்கிறார். யாரும் அழிந்து போகாமல், எல்லாரும் மனம் மாறவேண்டும் என விரும்புகிறார் (2 பேதுரு 3:9).

ஆனால், இயேசுவின் மரணம் ஏற்பட்டு இப்போது கிட்டத்தட்ட 2000 ஆண்டுகள் ஆகியும்கூட இதுவரையில் இரண்டாம் வருகை நடைபெற வில்லை. ஆனாலும் அக்காலத்தில் இயேசுவின் சீடர்கள், இரண்டாம் வருகைக்கு முன்னர் இஸ்ரேலிய யூதர்களுள் யாரெல்லாம் இயேசுவை மெசியா என நம்புகிறார்களோ, அவர்கள் மட்டுமே பரலோக ராஜ்ஜியத்தினுள் பிரவேசிக்க முடியும் என்ற தங்கள் பிரசாரத்தைச் செய்துவந்தார்கள். அவர்கள் யூதர்களுக்கு மட்டுமே இவ்விஷயத்தைப் பிரசாரம் செய்துவந்ததாக பைபிள் அறிவிக்கிறது (அப்போஸ்தலர் நடபடிகள் - திருத்தூதர் பணிகள் 11:19).

மெசியாவின் இரண்டாம் வருகைக்காக இயேசுவின் சீடர்கள் எதிர்பார்த்து காத்திருந்தார்கள் என்கிற தகவலுடன் புதிய ஏற்பாடு முடிந்துவிட்டதாகக் கொள்ளுவதே சரியானதாகும். அதாவது பைபிளின் ஒட்டுமொத்த வரலாறும் இத்துடன் முடிந்துவிட்டது. இயேசுவை மெசியாவென நம்பாத-யூதர்கள் 'மெசியா இன்னும் வரவில்லை' என்றக் கொள்கையுடன், மெசியாவின் முதல் வருகைக்காக இன்றுவரை எதிர்பார்த்து காத்திருக்கிறார்கள். இயேசுவை மெசியாவென நம்புகிற-யூதர்கள் அதே மெசியாவின் இரண்டாம் வருகைக்காக இன்றுவரை எதிர்பார்த்து காத்திருக்கிறார்கள். அதாவது முதல் மெசியா என அறிவிக்கப்பட்டிருந்த இயேசுவினால் மெசியாவின் பணிகள் எதுவும் செய்து முடிக்கப்படவில்லை. மெசியாவின் பணிகளை செய்து முடிப்பதில் இயேசு தோல்வி அடைந்து விட்டார். முதல் வருகையினால் பலன் எதுவும் இல்லை எனக்கருதியே இரண்டாம் வருகைக் கொள்கையை ஏற்படுத்திக் கொண்டனர். அதாவது அவர்களும் காத்திருக்கிறார்கள், இவர்களும் காத்திருக்கிறார்கள். இருவரும் ஒரே ஆளின் வருகைக்காக காத்திருக்கிறார்கள்.

ஆனால் பவுலின் கொள்கைகள் யாவும், புறஜாதியாரையும் எப்படியாவது இயேசுவின் எல்லைக்குள் கொண்டு சேர்ப்பதற்காக மேற்கொள்ளப்பட்ட முடிவாகும். இப்பணிக்காக பொய் பேச வேண்டிய நிர்பந்தமும் பவுலுக்கு ஏற்பட்டது. (ரோமர் 3:7,8) அப்போதலர்களின் இயேசு வேறு என்றும், தம்முடைய இயேசு வேறு என்றும்கூட பவுல் எழுதினார். (2 கொரிந்தியர் 11:4,5, மற்றும் ரோமர் 1:2-5)

பல்வேறு முரண்பாடுகள் இருந்தாலும் பொதுவான பைபிள் வரலாறு இதுவரை குழப்பமின்றித் தெளிவுடன் இருக்கிறது. இதுவரை பழைய ஏற்பாட்டு மரபுகள் எவையும் மீறப்படவில்லை. யூதர்களுக்கிடையே நிலவிய ஒரே முரண்பாடு யாதெனில், இயேசுவைச் சிலர் மெசியா என்று ஏற்றுக்கொண்டனர்; பலர் ஏற்றுக்கொள்ளவில்லை. அதாவது யூதர்கள் எவருக்குமே மெசியா என்னும் கருத்தாக்கத்தில் வேறுபாடு இல்லை. அவர் யார் என்பதில்தான் முரண்பாடு நிலவியது. அதுகூட யூத வரலாற்றுக்கு மாறானதல்ல. இயேசுவின் இரண்டாம் வருகையை எதிர்பார்த்துக் காத்திருக்கும் செய்தியுடன்தான் உண்மையில் பழைய ஏற்பாடு நிறைவடைகிறது. இதற்குப் பின்னர் பைபிளில் பவுல் அறிமுகம் ஆகப்போகிறார். அப்போதுமுதல் வரலாற்று பைபிள் தன்னை இழந்துவிடுகிறது. பவுல் ஓர் இயேசுவைக் கற்பித்துக் கொண்டார். ஆனால் அந்த இயேசுவுக்கு வரலாறு ஏதும் கிடையாது. பவுல் நிர்பந்தம் செய்துவந்த வெறும் விசுவாசமே வரலாறு ஆக்கப்பட்டது. அதாவது பைபிள் வரலாறு, பவுல் வரலாறு என மாற்றப்பட்டுவிட்டது.

பவுலின் அறிமுகம், அவரது மனமாற்றம், அப்போஸ்தலர்கள் எனப்பட்ட திருத்தூதர்களுடன் அவர் இணைந்து பணியாற்றியது, எருசலேம் சங்கக்கூட்டம், பழைய ஏற்பாட்டை அவர் ரத்து செய்தது, அதனால் இயேசுவின் உண்மையான சீடர்களோடு பவுலுக்கு ஏற்பட்ட மோதல், இவற்றால் எழுந்த புதிய சூழ்நிலை காரணமாக பரலோக ராஜ்ஜிய வாழ்வு இஸ்ரேலியர்களுக்கு மட்டுமே உண்டு என இயேசுவின் சீடராகிய யோவான் நூல் எழுதவேண்டிய நிர்பந்தம் - இவையெல்லாம் பைபிள் வரலாற்றின் ஒரு பின்னிணைப்பாகவே (Appendix) உள்ளன. இந்நிலைக்குக் காரணமான பவுலின் பிரவேசம் கி.பி. 36 வாக்கில் நிகழ்ந்தது.

பவுல் பிரவேசம்

இயேசு, கி.பி. 33-ல் மரணம் அடைந்தார். கி.பி. 10 வாக்கில் பவுல் பிறந்திருக்கக்கூடும் என்று கருதப்படுகிறது (கிறிஸ்தவம் நடந்து வந்த பாதை, பக்கம் 39). இவர் ஒரு யூதர். இவருடைய இயற்பெயர் 'சவுல்' என்பதாகும். அவர் கமாலியேல் என்ற அறிஞரிடம் யூதக் கல்வியைக் கற்றார். கிரேக்க கலாசாரம், தத்துவம் போன்றவற்றையும் குணாஸ்டிஸம் ஆகியவற்றையும் அவர் தெளிவாகக் கற்றிருந்தார் (கிறிஸ்தவம் நடந்து வந்த பாதை, பக்கம் 40).

இந்நிலையில், இயேசு மரணமடைந்தபின்னர் அவரது சீடர்கள், இயேசுவின் இரண்டாம் வருகைக்கு முன்னர் அனைத்து யூதர்களையும் இயேசுவின்மீது நம்பிக்கை கொண்டவர்களாக மாற்றிவிடும் துடிப்புடன், நம்பாத யூதர்களிடம் பிரசாரம் செய்துவந்தனர். இதனால்

எரிச்சலுற்ற பவுல், தலைமைக் குருவிடம் அனுமதி பெற்று, ஒவ்வொரு வீட்டினுள்ளும் நுழைந்து, ஆண் பெண் யாராக இருந்தாலும் அவர்களைக் கைது செய்யும்விதமாக நடந்துகொண்டார் (அப்போஸ்தலர் நடபடிகள் - திருத்தூதர் பணிகள் 9:1,2).

பவுல் அழைக்கப்படுதலும் அதிலுள்ள முரண்பாடுகளும்

இயேசுவை நம்பிய யூதர்களைச் சித்திரவதை செய்தவாறு தமஸ்கு (Damascus) நகருக்கு பவுல் வந்தார். அப்போது நேரிட்ட ஒரு சம்பவத்தால் மனம் மாறிய பவுல், உடனே கட்சிமாறி, இயேசுவை ஏற்றுக் கொண்டார். ஆனால் அச்சம்பவம் முரண்பாடு மிக்கதாக உள்ளது. மூன்று இடங்களில் இச்சம்பவம் பேசப்படுகிறது. அவற்றைக் காண்போம்.

● எருசலேம் ஆலயத்தில் பவுல் கைது செய்யப்பட்டபின், அகிரிப்பா அரசரின் முன் விசாரணை நடத்தப்பட்டது. அப்போது, தான் கட்சி மாறுவதற்குரிய காரணத்தை பவுல் கூறினார். தமஸ்குவிற்கு போய்க்கொண்டிருந்ததாகவும்,

   போகும் வழியில் நடுப்பகல் வேளையில், அரசே! கதிரவனை விட அதிகமாக சுடர் வீசிய ஒளி ஒன்று வானிலிருந்து தோன்றி என்னையும் என்னோடு வந்தவர்களையும் சுற்றி ஒளிர்ந்ததை நான் கண்டேன். நாங்கள் அனைவரும் தரையில் விழுந்தோம். எபிரேய மொழியில் 'சவுலே! சவுலே! (பவுலுடைய பழைய பெயர்) ஏன் என்னைத் துன்புறுத்துகிறாய்? தாற்றுக்கோலை (goad) உதைப்பது உனக்குக் கடினமாய் இருக்கும் (அப்போஸ்தலர் நடபடிகள் - திருத்தூதர் பணிகள் 26:12-14).

   என்று ஒரு குரல் ஒலித்ததாகவும் கூறினார். பவுலுடன் சென்றவர் களுள் எவரும் வானிலிருந்து வீசிய ஒளியைக் காணவில்லை என்றோ, அல்லது பேசிய குரலைக் கேட்கவில்லை என்றோ, இங்கு அறிவிக்கப்படவில்லை.

● பவுல் மற்றும் அவருடைய குழுவினர் தமஸ்குவை நெருங்கிய போது, வானத்திலிருந்து வீசிய ஒளியைப்பற்றி இன்னொரு இடத்தில் எழுதும்போது,

   இவ்வாறு அவர் புறப்பட்டுச் சென்று தமஸ்குவை நெருங்கிய போது திடீரென வானத்திலிருந்து தோன்றிய ஓர் ஒளி அவரைச் சூழ்ந்து வீசியது. அவர் தரையில் விழ, 'சவுலே, சவுலே, ஏன் என்னைத் துன்புறுத்துகிறாய்?' என்று தம்மோடு பேசும் குரல் ஒன்றைக் கேட்டார். அதற்கு அவர், 'ஆண்டவரே நீர் யார்?' எனக் கேட்டார். ஆண்டவர், 'நீ துன்புறுத்தும் இயேசு நானே. நீ எழுந்து நகருக்குள் செல்; நீ என்ன செய்யவேண்டும் என்பது அங்கே உனக்குச்

சொல்லப்படும்' என்றார். அவரோடு பயணம் செய்தோர் இக்குரலைக் கேட்டனர். ஆனால் ஒருவரையும் காணாமல் வாயடைத்து நின்றனர் (அப்போஸ்தலர் நடபடிகள் - திருத்தூதர் பணிகள் 9:3-7).

என்று சொல்லப்படுகிறது. அச்சம்பவத்தின்போது, பவுலின் கூட வந்தவர்கள் குரலைக் கேட்டிருந்ததாக அறிவிக்கப்பட்டுள்ளது.

* ஆனால் வேறோரிடத்தில் இதே சம்பவம் இவ்வாறு விவரிக்கப் பட்டுள்ளது:

என்னோடிருந்தவர்கள் ஒளியைக் கண்டார்கள்; ஆனால் என்னோடு பேசியவரது குரலைக் கேட்கவில்லை (அப்போஸ்தலர் நடபடிகள் - திருத்தூதர் பணிகள் 22:9).

அதாவது இரண்டாவது வசனத்தில் குரலைக் கேட்க முடிந்தவர் களால், மூன்றாவதாகக் கூறப்பட்டுள்ள வசனத்தில் குரலைக் கேட்க முடியாமல் போயிற்று.

எருசலேம் சங்கத்திற்கு முன் பவுலின் பணிகள்

மேற்கண்ட தரிசனத்தை ஒரு காரணமாகக் கூறிவிட்டு, பவுல் தன்னுடைய நிலைப்பாட்டை மாற்றிக்கொண்டார். அவருடன் பர்ணபா (Barnabas) என்பவர் கூடவே இருந்து வந்தார். பர்ணபாவும் ஒரு யூதரே. பின்னர் அவர்கள் தமஸ்குவில் சில நாட்கள் தங்கியிருந்து தொழுகைக் கூடங்களில், இயேசுவே மெசியா என போதித்துவந்தனர். பர்ணபா பவுலைப் பின்னர் எருசலேமுக்கு அழைத்துவந்து திருத்தூதர்களிடம் (அப்போஸ்தலர்கள்) அறிமுகம் செய்துவைத்தார். பின் அவர்கள் சாலமி (Salamis) நகருக்குச் சென்று தொழுகைக் கூடங்களில் பிரசாரம் செய்தார்கள். பின்னர் அங்கிருந்து புறப்பட்டு பிசிதியாவில் உள்ள அந்தியோகியா (Antioch) என்னும் இடத்தில் உள்ள தொழுகைக் கூடங்களிலும் பிரசாரம் செய்தார்கள் (அப்போஸ்தலர் நடபடிகள் - திருத்தூதர் பணிகள் 9:20-29 மற்றும் 13:4,5). இதுவரை இயேசுவை புறஜாதியாருக்கு எவரும் பிரசாரம் செய்யவில்லை.

எருசலேம் சங்கம் கூடுவதற்கு முன்னால் இரண்டு புறஜாதி நபர்களிடம் பரிசுத்த ஆவி (தூய ஆவி) இறங்கிச் செயல்பட்டதுபோலவும், எனவே அவர்கள் இயேசுவை ஏற்றுக்கொண்டதுபோலவும், அவ்வாறு செயல் பட்டதன்மூலம், அக்கடவுள் புறஜாதியாரிடம் செயல்படத் தயங்க வில்லை என்றும் ஒரு கருத்து உருவாக்கப்பட்டுள்ளது. அவர்களுள் ஒருவர் ஓர் எத்தியோப்பிய அதிகாரி. இன்னொருவர் கொர்னேலியு (Cornelius) என்பவர். இவர்களைப் பற்றிய செய்திகள் திருத்தூதர் பணிகள் எனப்படும் அப்போஸ்தலர் நடபடிகள் என்னும் நூலில் லூக்காவால் எழுதப்பட்டுள்ளன. லூக்கா தம்முடைய நூல்களில்

எப்போதும் புறஜாதியாருக்கு ஆதரவாக இருப்பதை வெளிப்படை
யாகக் காட்டிக்கொள்பவர். ஆனாலும் அவர் கூறும் செய்திகளைக்
காண்போம். இரண்டு சம்பவங்களும் இயேசுவின் மரணத்துக்குப்
பிந்தையவை.

- ஒரு சமயம் ஓர் எத்தியோப்பிய அதிகாரி எருசலேம் சென்று
  வழிபாடு முடித்துத் திரும்பிச் சென்றுகொண்டிருந்தார்.
  எத்தியோப்பிய அரசியின் நிதியமைச்சர் அவர். அவரைச்
  சந்திக்குமாறு இயேசு பிலிப்பு என்ற திருத்தூதருக்கு உத்தர
  விட்டதன் காரணமாக, பிலிப்பு சென்று அவரைச் சந்தித்தார்.
  இறுதியில் அவருக்கு திருமுழுக்குக் கொடுத்தார். (அப்போஸ்தலர்
  நடபடிகள் - திருத்தூதர் பணிகள் 8:26-39). அவர் ஒரு புறஜாதியார்
  என இன்று பேசப்படுகிறது. ஆனால் இரண்டு விஷயங்களைக்
  கருத்தில் கொள்ளும்போது, இவர் ஓர் யூதர் என்று அறிகிறோம்.
  ஒன்று, எந்தெந்த நாடுகளில் இஸ்ரேலியர்கள் காணாமல் போன
  ஆடுகளாக வாழ்கிறார்கள் என்ற தகவல், பழைய ஏற்பாடு எசாயா
  11:11-ல் தரப்பட்டுள்ளது. அந்த நாடுகளின் பட்டியலில்
  எத்தியோப்பியாவும் ஒன்று. இரண்டு, அந்த எத்தியோப்பிய
  அதிகாரி எருசலேம் ஆலயம் சென்று, கடவுளை வணங்கிவிட்டுத்
  திரும்பிச் சென்றுகொண்டிருந்தார். புறஜாதியார் எவரும் சென்று
  வழிபடத்தக்க விதத்தில் எருசலேம் ஆலயம் இருக்கவில்லை.
  புறஜாதியார் எவரும் எருசலேம் ஆலயத்தில் அனுமதிக்கப்படவும்
  மாட்டார்கள். எனவே அந்த அதிகாரி, எத்தியோப்பியாவில்
  வாழ்ந்துகொண்டிருந்த இஸ்ரேலிய யூதராக மட்டுமே இருக்க
  முடியும் என்பதை அறிய முடிகிறது.

- கொர்னேலியு இறைப்பற்று உள்ளவர் என்றும், கடவுளுக்கு அஞ்சி
  நடப்பவர் என்றும், யூத மக்கள் அனைவரிடமும் நற்சான்று
  பெற்றவர் என்றும் பைபிள் அறிவிக்கிறது. (அப்போஸ்தலர்
  நடபடிகள் - திருத்தூதர் பணிகள் 10:1,2,22). கொர்னேலியுவின்
  சம்பவத்தைக் கூறிய பைபிள், அடுத்த அத்தியாயத்திலேயே,
  இயேசுவின் சீடர்கள் யூதர்களுக்கு மட்டுமே இறைவார்த்தையை
  அறிவித்தார்கள் என்றும் வேறு புறஜாதியினர் எவருக்கும் அறிவிக்க
  வில்லை என்றும் கூறுகிறது (அப்போஸ்தலர் நடபடிகள் -
  திருத்தூதர் பணிகள் 11:19). எனவே கொர்னேலியுவும் ஓர் இஸ்ரேலிய
  யூதரே என்பதை அறிய முடிகிறது.

ஆயினும் கொர்னேலியுவை ஒரு புறஜாதியினர் என்பதுபோலப் புதிய
ஏற்பாடு அறிவிக்கிறது. 'ஒரு யூதன் புறஜாதியினரிடம் செல்லுவதோ,
அவர்களோடு உறவாடுவதோ கூடாது' என்று பைபிள் அறிவிக்கிற
நிலையில், பேதுரு அவர்களோடு பழகியதாகவும் பைபிள் கூறுகிறது

(அப்போஸ்தலர் நடபடிகள் - திருத்தூதர் பணிகள் 10:28). மேலும் புறஜாதியினரோடு அமர்ந்து உண்ணுவது தவறாக இருந்தாலும், பேதுரு அவர்களுடன் அமர்ந்து உணவருந்தக் கடவுள் அனுமதித்ததாக பேதுரு கூறிக்கொண்டார். ஆனால் பேதுரு அவர்களோடு உணவருந்திய சம்பவத்தைக் குறிப்பிட்டு இயேசுவின் ஏனைய சீடர்கள் பேதுருவை கண்டித்தார்கள் என்றும் (அப்போஸ்தலர் நடபடிகள் - திருத்தூதர் பணிகள் 11:1-10) பைபிள் கூறுகிறது.

பைபிளின் அப்போஸ்தலர் நடபடிகள் என்னும் திருத்தூதர் பணிகள் என்ற நூலை எழுதிய லூக்கா, புறஜாதியினருக்கு ஆதரவாக இயேசு செயல்பட்டார் என்னும் நோக்கத்தில் நூல் எழுதுகிறவர் என்பதை நாம் ஏற்கெனவே பார்த்திருக்கிறோம். ஆயினும் பேதுருவின் இயல்பான சுபாவங்களைப் பற்றி பவுல் எழுதும்போது, பேதுரு புறஜாதியாருடன் சேர்ந்து உணவருந்தியதை மற்ற யூதர்கள் அறிந்து கொண்டதால், புறஜாதியாரைவிட்டு அவர் விலகிச் சென்றுவிட்டதாக பவுல் அறிவிக்கிறார் (கலாத்தியர் 2:11-12).

கொர்னேலியுவின் சம்பவம் உண்மையானதாக இருந்திருந்தால், பின்னர் எருசலேம் சங்கம் கூடியபோது, புறஜாதியார்க்கும் ஆதரவாகக் கடவுள் இருந்தார் என்று அறிவித்திட இது ஒரு பெரிய வாய்ப்பாகி யிருக்கும். ஆனால் இச்சம்பவம் எருசலேம் சங்கத்தின் முக்கியமாக விவாதப்பொருளாக இல்லை என்பதிலிருந்து, கொர்னேலியு புறஜாதியார் அல்ல என்பதை அறியலாம்.

எனவே, இயேசுவைப் புறஜாதியாரிடம் பிரசாரம் செய்வதற்கான காலம் அதுவரை கனியவில்லை. இனி வரலாற்றின் தொடர்ச்சியைக் காண்போம்.

பவுல் யூதர்களிடம் மட்டுமே பணியாற்றினார் எனப் பார்த்தோம். மேற்கண்ட சம்பவங்களுக்குப் பின்னரும்கூட பவுல் யூதர்களிடம் மட்டுமே பணியாற்றினார். சைப்ரசில் உள்ள சாலமி என்னுமி த்தில் யூதர்களின் தொழுகைக் கூடத்திலும் (அப்போஸ்தலர் நடபடிகள் - திருத்தூதர் பணிகள் 13:5); பிசிதியாவில் உள்ள அந்தியோகியா என்னுமிடத்தில் தொழுகைக் கூடத்திலும் ஓய்வு நாள்களில் பவுல் குழுவினர் பிரசாரம் செய்தார்கள் (அப்போஸ்தலர் நடபடிகள் - திருத்தூதர் பணிகள் 13:14). ஆனால் நம்பாத யூதர்கள் பவுலுக்கும் பர்ணபாவுக்கும் எதிராகக் கலகம் செய்தார்கள்.

'நாங்கள் புறஜாதியாரிடம் போகிறோம்'

அந்தியோகியாவில் பணியாற்றியபோது, பவுல் தம் கொள்கையில் ஒரு மாற்றத்தைச் செய்துகொள்ள விரும்பினார். இயேசுவைப் புறஜாதியார்க்கும் ஆதரவாளர் என்பதுபோலப் பிரசாரம் செய்ய பவுலும் பர்ணபாவும் முடிவு செய்தனர். இதுபற்றி பைபிள் கூறும்போது,

அடுத்து வந்த ஒய்வுநாளில் ஆண்டவரின் வார்த்தையைக் கேட்க ஏறக்குறைய நகரத்தார் அனைவரும் கூடி வந்தனர். மக்கள் திரளைக் கண்ட யூதர்கள் பொறாமையால் நிறைந்து, பவுல் கூறியதை எதிர்த்துப் பேசி அவரைப் பழித்துரைத்தார்கள். பவுலும் பர்ணபாவும் துணிவுடன், 'கடவுளின் வார்த்தையை உங்களுக்குத் தான் முதலில் அறிவிக்க வேண்டியிருந்தது. ஆனால் நீங்கள் அதனை உதறித்தள்ளி நிலைவாழ்வுக்கு (eternal life) தகுதியற்றவர் என்று நீங்களே தீர்ப்பளித்துக்கொண்டீர்கள். **எனவே நாங்கள் பிற இனத்தாரிடம் செல்லுகிறோம்'** என்றனர் (அப்போஸ்தலர் நடபடிகள் - திருத்தூதர் பணிகள் 13:44-46).

பிற இனத்தார் என்பதை ஆங்கிலத்தில் Catholic edition, 'gentiles' என்ற சொல்லால், அதாவது யூதர் அல்லாத பிறர் என்ற சொல்லால் குறிப்பிடுகிறது. இந்த வசனமானது பல தகவல்களை வெளிப் படுத்துகிறது. அவையாவன:

- இயேசுவைப் பற்றிய பிரசாரத்தை, அதுவரை, இயேசு உட்பட எவருமே புறஜாதியாரிடம் தொடங்கியிருக்கவில்லை.

- இயேசுவைப் பற்றியும், அவருடைய இரண்டாம் வருகை முதலான வற்றைப் பற்றியும் பிரசாரம் செய்யப்படவேண்டியவர்கள் யூதர்கள் மட்டுமே தவிர, புறஜாதியார் அல்ல.

- யூதர்கள் இயேசுவை மெசியா என ஏற்க மறுத்துவிட்டனர். எனவே புறஜாதியாரிடமாவது அவரைப் பற்றிய பிரசாரத்தை மேற்கொள்ளலாம் என்பதுவே பவுலின் கொள்கையாக இருந்தது. அதாவது ஒரு சந்தையில் விற்பனையாகாத ஒரு பொருளை வேறொரு சந்தைக்குக் கொண்டு போவதைப்போல. பவுலைப் பொருத்தவரை விற்பனைச் சந்தையை மாற்றினாரே தவிர, விற்பனைப் பொருளை அல்ல.

- பவுல் புறஜாதியாருக்கு இயேசுவைப் பற்றிப் பிரசாரத்தைத் தொடங்க விரும்பியதற்குக் காரணமே, யூதர்கள் இயேசுவை ஏற்றுக்கொள்ள மறுத்து விட்டதுதானே தவிர, புதிய ஏற்பாட்டில் கலாத்தியருக்கு பவுல் எழுதிய கடிதத்தில் (கலாத்தியர் 1:15, 16) கூறியபடி அல்ல. பவுல் கலாத்தியருக்கு எழுதிய கடிதத்தில், அவர் தன் தாயின் கருப்பையில் இருந்தபோதே புறஜாதியாரிடம் சென்று பணியாற்றவேண்டும் என்ற இயேசுவின் கட்டளை தனக்குக் கிடைத்துவிட்டது என்றும் அதனாலேயே அந்தக் கட்டளையின் படி புறஜாதியாரிடம் பணியாற்றியதாகவும் எழுதியிருந்தார். அது உண்மை என்றால், வேறு பல விஷயங்கள் நடந்திருக்க வாய்ப்பில்லை. அவ்விவரங்களைப் பின்னர் காணலாம்.

யூதரும் கிரேக்கரும்

பைபிளில் 'கிரேக்கர்கள்' என்ற சொல் அதிகமாகப் பயன்படுத்தப் பட்டுள்ளது. கிரேக்கர் என்ற சொல்லை 'புறவினத்தார்' என்று சிலர் மொழிபெயர்ப்புச் செய்கிறார்கள். இது தவறானதாகும்; அவர்களும் யூதர்களே.

ஒரு சமயம் பாஸ்கா பண்டிகைக்காக யூதர்கள் எருசலேம் ஆலயத்தில் கூடியிருந்தனர். இதுபற்றி யோவான் எழுதும்போது, 'வழிபாட்டுக் காகத் திருவிழாவுக்கு வந்தோருள் கிரேக்கர் சிலரும் இருந்தனர் (யோவான் 12:20)' என்று எழுதுகிறார். அதாவது எருசலேம் ஆலயத் திருவிழாவுக்கு கிரேக்கர்கள் சிலரும் வந்திருந்தனர் என்பது பொருள். இந்த கிரேக்கர்கள் யார்? இவர்கள் புறஜாதியினர் அல்லர். ஏனெனில் புறஜாதியினர் எருசலேம் ஆலயத்துக்குள் நுழைய முடியாது.

கி. மு. 336-ல் தம்முடைய 19-வது வயதில் அலெக்சாண்டர் கிரேக்க நாட்டின் மன்னர் ஆனார். உலகின் பல பகுதிகளை வென்று, அந்நாடு களை கிரேக்க ஆட்சிக்கு உட்படுத்தினார். அப்போது, ஏற்கெனவே கி. மு. 586-ல் ஏற்பட்ட பாபிலோனியப் படையெடுப்புக்குப்பின் 'காணாமல்போன ஆடுகளாக' பல நாடுகளிலும் யூதர்கள் வாழ்ந்திருந்த பகுதிகளும் அலெக்சாண்டரின் ஆட்சிக்கு உட்பட்ட பகுதிகள் ஆயின. அலெக்சாண்டருக்குப்பின் பரவிய கிரேக்கர்களின் பண்பாடும் மொழியும் எல்லா நாட்டினரையும் கவர்ந்தது. எனவே கிரேக்க மொழி பேசுவதை நாகரிகமாக மக்கள் கருதத் தொடங்கினர். இப்பண்பாட்டு மாற்றத்தை ஆங்கிலத்தில் Hellenism என்பர்.

தற்காலத்தில் 'படித்தவர்' என ஒருவரைக் கருதவேண்டும் என்றால், அவர் ஆங்கிலம் கற்றவராகவும் பேசுபவராகவும் இருக்கவேண்டும் என்ற பொதுவான கருத்து இருப்பதுபோல, அக்காலத்தில் கிரேக்க மொழியின்மீது மரியாதை இருந்தது. அக்காலம் முதல், யூதர்களுள் இரண்டு பிரிவினர் மொழி அடிப்படையில் தோன்றினர். ஒருவர் கி.மு. 586 போருக்குப்பின் பல நாடுகளிலும் சிதறி வாழ்ந்ததால் தாங்கள் வாழ்ந்துகொண்டிருந்த நாட்டின் மொழியுடன் கிரேக்க மொழியையும் பேசிவந்தவர்கள். இவர்கள் 'கிரேக்க யூதர்கள்' என அழைக்கப் பட்டனர்; தங்கள் தாய்மொழியான எபிரேயத்தை மறந்துபோனவர்கள். ஆயினும் யூதப் பண்பாட்டையும் வழிபாட்டு முறையையும் விட்டு விடாதவர்கள். இக்காரணத்தாலேயே அவர்களும் பழைய ஏற்பாட்டு நூல்களைப் படிக்கவேண்டும் என்பதற்காக, கி. மு. 261-க்குப் பிறகு எபிரேய மொழியில் இருந்த பழைய ஏற்பாட்டு நூல்கள் அனைத்தும் கிரேக்க மொழிக்கு மொழி பெயர்க்கப்பட்டன. இவ்வாறு மொழி அடிப்படையில் ஒரு பிரிவு யூதர்கள், கிரேக்க யூதர்கள் ஆயினர். அவர்களை 'கிரேக்கர்' என்றே பைபிளில் குறிப்பிடுகிறார்கள்.

இன்னொரு பிரிவினர் 'எபிரேய யூதர்கள்'. கி.மு. 586 படையெடுப்பின் போதும் அதன் பின்னரும், எருசலேம் மற்றும் யூதேய நாட்டின் பகுதிகளிலேயே வாழ்ந்தவர்கள் இவர்கள். தங்கள் தாய்மொழியான எபிரேயத்தை மறந்துவிடாமல், அம்மொழியிலேயே பேசியும் வந்தனர். இவர்கள் தங்களை 'உயர்குடியினர்' என்பதுபோலக் கருதிக் கொண்டு, கிரேக்க மொழி பேசிய யூதர்களைத் தாழ்ந்தவர்களாகவே கருதி வந்தனர். அதனால்தான் இயேசுவின் மரணத்துக்குப் பின்னர் பந்தியில் அமர்ந்து உணவு உண்ணும்போது 'கிரேக்க யூதர்கள் சரியாகக் கவனிக்கப்படவில்லை' என்றவொரு முணுமுணுப்பு, எபிரேய யூதர்களுக்கு எதிராக ஏற்பட்டது (அப்போஸ்தலர் நடபடிகள் - திருத்தூதர் பணிகள் 6:1. புரோட்டஸ்டண்ட் மொழிபெயர்ப்பில் 'பந்தியில் உணவருந்தும்போது' என்னும் தகவல் இல்லை.)

மீண்டும் வரலாற்றுக்குள் வருவோம். பவுல் மற்றும் அவருடைய நண்பரான பர்ணபா முதலானோர்களுக்கு, இயேசுவைப் புறஜாதியாரிடமும் பிரசாரம் செய்யவேண்டும் என்ற எண்ணம் ஏற்பட்டது, அந்தியோகியா நகரத்தில் ஆகும். இந்த அந்தியோகியா இன்னொருவிதத்திலும் முக்கியத்துவம் வாய்ந்தது.

கி.பி. 49-ல் எருசலேம் சங்கம் (The Council of Jerusalem) கூடி புறஜாதியினரிடம் இயேசுவைப் பிரசாரம் செய்யலாம் என பவுலுக்கு ஒப்புதல் வழங்கியது. அதன் பின்னரே கிறிஸ்து (Christ) என்ற சொல்லை பவுல் ஏற்படுத்தினார். பவுல் அறிமுகப்படுத்திய 'கிறிஸ்து'வை ஏற்றுக்கொண்டவர்கள் 'கிறிஸ்தவர்கள்' என அழைக்கப் பட்டனர். அவ்வாறு முதன்முதலில் அவர்கள் கிறிஸ்தவர்கள் என அழைக்கப்பட்டது இந்த அந்தியோகியா நகரில்தான் (அப்போஸ்தலர் நடபடிகள் - திருத்தூதர் பணிகள் 11:26).

புறஜாதியாரிடம் இயேசுவைப் பிரசாரம் செய்வது (அப்போஸ்தலர் நடபடிகள் - திருத்தூதர் பணிகள் 13:46) என பவுல் குழுவினர் முடிவுசெய்துவிட்டாலும்கூட, அது எளிய காரியமாக அவர்களுக்குப் படவில்லை. எனவே அதன் பின்னரும்கூட யூதர்களிடம் மட்டுமே பிரசாரம் செய்துவந்தனர். அதாவது 'நம்பாத யூதர்'களிடமே தங்கள் பிரசாரத்தை மீண்டும் தொடங்கினர்.

இக்கோனியா (Iconium) என்னும் இடத்தில் வாழ்ந்த யூதர்களுக்கு அவர்களுடைய தொழுகைக் கூடத்தில் பவுல் பிரசாரம் செய்தபோது, யூதர்களிடையே பின்வு ஏற்பட்டது. பவுலுக்கு ஆதரவு, பவுலுக்கு எதிர்ப்பு என இரண்டு கோஷ்டிகள் உருவாயின (அப்போஸ்தலர் நடபடிகள் - திருத்தூதர் பணிகள் 14:1-7). நம்பாத யூதர்கள் பிறவினத்தோரைத் தங்களுடன் சேர்த்துக்கொண்டு, பவுல்மீது கல்லெறியத்

திட்டமிட்டனர். எனவே பவுல் தம் நண்பர்களுடன் அங்கிருந்து தப்பி லிஸ்திரா (Lystra) என்னும் இடத்துக்குச் சென்றுசேர்ந்தார்.

லிஸ்திராவில் பிரசாரம் செய்துகொண்டிருந்தபோது, அந்தியோகியாவி லிருந்தும் இக்கோனியாவிலிருந்தும் வந்த யூதர்கள் பவுல்மீது கல்லெறிந்தார்கள். அவர் இறந்துவிட்டார் என்று எண்ணி நகருக்கு வெளியே அவரை இழுத்துப்போட்டார்கள் (அப்போஸ்தலர் நடபடிகள் - திருத்தூதர் பணிகள் 14:19,20). ஆனால் பவுல் அங்கிருந்து தப்பி, பின்னர் தெருபை (Derbe) என்னும் இடத்துக்குச் சென்றார். அங்கிருந்து மீண்டும் லிஸ்திரா, இக்கோனியா மற்றும் அந்தியோகியா ஆகிய நகரங்களுக்குச் சென்றுவிட்டு, பெருகே நகருக்குச் சென்று பணியாற்றினார். அங்கிருந்து மீண்டும் அந்தியோகியாவுக்குச் சென்றார் (அப்போஸ்தலர் நடபடிகள் - திருத்தூதர் பணிகள் 14:26).

பவுல், இக்காலகட்டத்தில் திருச்சட்டம் எனப்படும் நியாயப்பிரமாணம் (மோசே கொடுத்த சட்டங்கள்) மற்றும் விருத்தசேதனம் ஆகிய வற்றுக்கு எதிரான மனோபாவம் கொண்டவராக மாறினார். ஏனெனில் விருத்தசேதனம் முதலானவற்றை உடையவர்களுக்கே பழைய ஏற்பாடு சொந்தமானதாக இருந்தது. எனவே பழைய ஏற்பாடு, விருத்த சேதனம் மற்றும் திருச்சட்டம் ஆகியவற்றை நீக்கிவிடுவதன் மூலமோ அல்லது அவற்றின் முக்கியத்துவத்தைக் குறைத்துவிடுவதன் மூலமோ, புறஜாதியாருக்கு ஆதரவான நிலையை அடையலாம் என அவர் கருதினார். இந்த அடிப்படையில் தம் பிரசாரத்தைத் தொடங்கி அவர் நடத்திவந்தார்.

இந்நிலையில், யூதேயாவிலிருந்து திருத்தூதர்களாகிய அப்போஸ்தலர் களின் குழுவைச் சார்ந்த சிலர் அந்தியோகியா வந்து, மோசேயின் சட்டம் மற்றும் விருத்தசேதனம் ஆகியவை கட்டாயம் தேவை என்று பவுலுக்கு எதிராகப் பிரசாரம் (அப்போஸ்தலர் நடபடிகள் - திருத்தூதர் பணிகள் 15:23,24) செய்துகொண்டிருந்தனர். எனவே அவர்களோடு பவுல் குழுவினர் மிகப் பெரிய விவாதம் ஒன்றை நடத்தி, அவர்களுக்கு எதிரான கருத்தினை உருவாக்க முயன்றனர்.

இறுதியில் பவுலின் நண்பர்கள் ஒரு குழு அமைத்தனர். அக்குழுவில் பவுல், பர்ணபா மற்றும் வேறு சிலரும் இருந்தார்கள். அக்குழுவினர் எருசலேமுக்குப் போவது என்றும், திருச்சட்டம் மற்றும் விருத்த சேதனம் சார்பாக எழுந்த சண்டையைப் பற்றி திருத்தூதர்களாகிய அப்போஸ்தலர்களிடமும் மூப்பர்களிடமும் (Elders) பேசி ஒரு சாதகமான தீர்வு காண்பது எனவும் முடிவு செய்யப்பட்டது (அப்போஸ்தலர் நடபடிகள் - திருத்தூதர் பணிகள் 15:1-3). அவர்கள் எருசலேம் சென்றடைந்தபோது திருத்தூதர்களும் மூப்பர்களும் அவர்களை வரவேற்றனர்.

புறஜாதியார்கள் பற்றிய பேச்சு முதன்முதலாக பைபிளில் இப்போது தான் தொடங்கப்பட்டது. புறஜாதியார்க்கு இயேசுவைப் பிரசாரம் செய்யவேண்டுமெனில், அவர்களுக்கும் விருத்தசேதனம் மற்றும் திருச்சட்டம் சார்ந்த விஷயங்கள் தேவை என்பது பற்றிய பேச்சும் வந்தது. ஆனால் புறஜாதியார் இயேசுவை ஏற்றுக்கொள்ளும் பட்சத்தில், விருத்தசேதனம் மற்றும் திருச்சட்டம் எனப்படும் மோசேயின் சட்டங்கள் போன்றவற்றில் அவர்களுக்கு விதிவிலக்கு அளிக்கப்பட வேண்டும் என்பது பவுல் குழுவினரின் தேவையாக இருந்தது. இதுபற்றி விவாதிக்க எருசலேம் சங்கம் கி.பி. 49-ல் கூட்டப்பட்டது.

எருசலேம் சங்கக் கூட்டம் (The Council of Jerusalem)

இச்சங்கத்தின் உறுப்பினர்களாக, இயேசுவின் அப்போஸ்தலர் எனப்பட்ட திருத்தூதர்களும் மூப்பர்களும் இருந்தார்கள். அவர்கள் அனைவரும் ஒன்றுகூடி, (15:6) பவுலின் கோரிக்கை குறித்து விவாதித்தார்கள். அது மிகப் பெரிய வாக்குவாதமாக மாறியது. நெடுநேரம் விவாதம் நடந்த பின்னர் பேதுரு எழுந்து பவுலுக்கு ஆதரவாகப் பேசினார். ஏனெனில் பேதுருவையும் இயேசுவின் சகோதரரான யாக்கோபுவையும் பவுல் ஏற்கெனவே சந்தித்துப் பேசியிருந்தார் (கலாத்தியர் 1:18,19). அக்கூட்டத்தில் பேதுரு எழுந்து பேசியதும் கூட்டம் ஓரளவு அமைதியாயிற்று. அப்போது யாக்கோபு எழுந்து இறுதியுரை ஆற்றினார். அவர் கீழ்க்கண்ட தகவல்களைக் கூறினார்:

- மெசியா வருகிற காலத்தில், தாவீதின் கூடாரமாகிய இஸ்ரேலியர் களை மீண்டும் நன்னிலைக்குக் கொண்டுவருவதாகப் பழைய ஏற்பாட்டு இறைவாக்கினர் கூறியுள்ளனர் (ஆமோஸ் 9:11,12,14). எனவே பொருளாதாரத்தில் வீழ்ந்துகிடக்கும் யூதர்களுக்கு நலன் விளையுமாறு சில காரியங்கள் பவுலின் முயற்சியால் நடைபெற வுள்ளன என்றார். என்ன மாதிரியான பொருளாதார நலன் என்று பார்ப்போம்.

  எருசலேம் சங்கக் கூட்டம் முடிந்ததும் யாக்கோபு தாம் பவுலுடன் செய்துகொண்ட ஒப்பந்தத்தை நினைவூட்டியதுடன், அதனை மறந்துவிடக்கூடாது எனவும் வேண்டினார் (கலாத்தியர் 2:10). அப்போது, 'ஏழைகளுக்கு உதவி செய்ய மறக்கவேண்டாம்' என யாக்கோபு பவுலிடம் கேட்டுக்கொண்டார். அதன்பிறகு பல்வேறு சந்தர்ப்பங்களில் எருசலேமுக்கு பவுல் நன்கொடை என்ற பெயரில் பணம் அனுப்பியதாக பைபிள் அறிவிக்கிறது (1 கொரிந்தியர் 16:2-4; 2 கொரிந்தியர் 9:5 மற்றும் 8:10,20; ரோமர் 15:26,27; பிலிப்பியர் 4:16,19).

- யூதேயாவிலிருந்து சிலர் வந்து அந்தியோகியாவில் பவுலுக்கு எதிராகக் குழப்பம் செய்தனர்; அவர்கள் எங்கள் குழுவைச் சார்ந்தவர்கள். ஆயினும் அவர்களுக்கு நாங்கள் எந்தவிதக் கட்டளையும் கொடுக்கவில்லை (அப்போஸ்தலர் நடபடிகள் - திருத்தூதர் பணிகள் 15:24) என்றும் யாக்கோபு கடிதத்தில் எழுதுகிறார்.

- இயேசுவைப் புறஜாதியாரிடம் பிரசாரம் செய்வதற்குரிய அனுமதி வழங்குவதற்குத் தேவையான ஆதாரமாக யாக்கோபு பழைய ஏற்பாட்டு ஆமோஸ் தீர்க்கதரிசியின் வசனத்தைக் கூறினார்.

ஏதோமில் மீதியானவர்களையும், என் நாமம் விளங்கிய சகல ஜாதிகளையும் வசமாக்கிக் கொள்ளும்படிக்கு, அந்நாளிலே விழுந்துபோன தாவீதின் கூடாரத்தை நான் திரும்ப எடுப்பித்து, அதன் திறப்புகளை அடைத்து, அதில் பழுதாய்ப் போனதைச் சீர்படுத்தி, பூர்வ நாட்களில் இருந்தது போல அதை ஸ்தாபிப்பேன் என்று இதைச் செய்கிற கர்த்தர் (ஆண்டவர்) சொல்கிறார் (புரோட்டஸ்டண்ட் மொழிபெயர்ப்பு - ஆமோஸ் 9:11,12).

'சகல ஜாதிகள்' என்பது, இஸ்ரேலியர்களின் பன்னிரண்டு ஜாதிகளையும் குறிக்கும் சொல். மெசியா வருகிற காலத்தில், தாவீதின் வம்சத்தினராகிய இஸ்ரவேல் மக்களை மீண்டும் பழைய நிலைக்கு வரச்செய்வதாகக் கடவுள் கூறும் செய்திதான் இது. இதில் புறஜாதியாருக்கு உரியதாக எந்தக் குறிப்பும் இல்லை என்றாலும், 'சகல ஜாதிகள்' என்ற சொல்லை பைபிள் பொது மொழி பெயர்ப்பில் 'வேற்றினத்தார்' என்றும் 'பிறவினத்தார்' என்றும் மொழிபெயர்த்து, புறஜாதியார்களின் ஆதரவு வசனமாக மாற்றிக் காட்டியுள்ளனர். ஆங்கிலத்தில் 'all the nations' என்ற சொல்லைப் பயன்படுத்தியுள்ளனர். இச்சொல் இஸ்ரேலியர்களைக் குறிக்கும் விதமாக பைபிள் பயன்படுத்தும் ஒரு சொல்லாகும்.

எனவே பழைய ஏற்பாட்டு வசனமானது, விழுந்து கிடந்த இஸ்ரேலிய யூதர்களின் வாழ்வை 'மீண்டும்' வளப்படுத்துவதாகக் கூறும் வசனமே தவிர, 'புறஜாதியார்க்கு ஆதரவாக மெசியா செயல்படுவார்' என்பதற்கு உரியதல்ல. எனவே, இஸ்ரேலிய யூதர்களை வளப்படுத்திக்கொள்ளுவதற்காக பவுல் மூலம் கிடைக்கும் வாய்ப்பு இது, என்று யாக்கோபு கூறியதைக் கவனத்தில் கொள்ளவேண்டும்.

- எருசலேம் சங்கத்தில் புறஜாதியாருக்காக யாக்கோபு வாதாடிய போது, தம் சொந்த வாழ்வின் அனுபவத்தையோ, அல்லது இயேசுவின் வாழ்விலிருந்து அவர் புறஜாதியாருக்காக உழைத்தார்

என்பதற்குரிய சம்பவங்களையோ திருத்தூதர்களால் கூறமுடிய
வில்லை. அதுபோலவே, இயேசு உயிரோடு வாழ்ந்த காலத்தில்
அவர் புறஜாதியார்க்கு ஆதரவாகச் செயல்பட்டதாகக் கூறிக்
கொள்ளும்படி ஒரு சம்பவமும் இல்லை. அப்படி ஏதேனும்
இருந்திருந்தால் அதனையே ஆதாரமாக்கி பவுலுக்கு அனுமதி
வழங்கியிருக்கலாம்.

இயேசு புறஜாதியார்க்கு ஆதரவாக எக்காலத்திலும் செயல்
படவில்லை என்பதை அறியலாம். அப்படி இயேசு செய்ததாக நாம்
இன்று அறியும் தகவல்கள் அனைத்தும், ஒன்று லூக்காவால்
ஏற்படுத்தி வைக்கப்பட்டவை, அல்லது பிற்காலத்தில் பைபிளை
ஆங்கிலத்திலோ தமிழிலோ மொழிபெயர்த்தவர்கள் செய்திருக்கிற
காரியமாகும்.

- எருசலேம் சங்கக்கூட்டத்தில், விருத்தசேதனம் மற்றும் திருச்சட்டம்
  ஆகியவை தேவையில்லை என்று யாக்கோபு அறிவிக்கவில்லை.
  தொழுகைக் கூடங்களில் மோசேயின் சட்ட நூல் வாசிக்கப்
  படுவதாக அவர் குறிப்பிடுகின்றார் (அப்போஸ்தலர் நடபடிகள் -
  திருத்தூதர் பணிகள் 15:21).

- அக்கூட்டத்தில், இயேசுவைப்பற்றிய நற்செய்தியை அறிவிக்கும்
  பணி இரண்டு தளங்களாகப் பிரித்துக்கொள்ளப்பட்டதாக பவுல்
  எழுதுகிறார். யூதர்களுக்கு நற்செய்தியை அறிவிக்கும் பணி
  பேதுருவுடையது; அதில் பவுல் தலையிட வேண்டியதில்லை.
  ஆனால் புறஜாதியாருக்கு நற்செய்தியை அறிவிக்கும் பணியைத்
  தாமே செய்யவேண்டும் என எருசலேம் சங்கம் முடிவு செய்ததாக
  பவுல் எழுதினார் (கலாத்தியர் 2:7).

இவ்வாறு எருசலேம் சங்கத்தின் மூலம், புறஜாதியாரிடம் பணியாற்றும்
உரிமையை பவுல் பெற்றுக்கொண்டார். அக்கூட்டத்தில் 'மோசேயின்
சட்டமும் விருத்தசேதனமும் தேவையில்லை' என்று முடிவு
செய்யப்படவில்லை. ஆனால் புறஜாதியாருக்கு மட்டுமே அவை
தேவையில்லை என்று ஒப்புக்கொண்டதன் மூலம், புறஜாதியாருக்கு
அது ஒரு சலுகையாக வழங்கப்பட்டது.

பிற்காலத்தில், பவுல் தம் எல்லையைத் தாண்டி யூதர்களிடமும் பணியாற்ற
விரும்பினார். அப்போது, புறஜாதியாரிடம் போய் ஒருவிதமாகவும்
யூதர்களிடம் போய் இன்னொரு விதமாகவும் பேச வேண்டிய
திருந்தால், மோசேயின் சட்டங்களையும் விருத்தசேதனத்தையும்
மட்டுமின்றி, பழைய ஏற்பாடே தேவையில்லை என்று பிரசாரம்
செய்தார் (அப்போஸ்தலர் நடபடிகள் - திருத்தூதர் பணிகள் 21:20,21).
எனவே எருசலேம் சங்கக் கூட்டத்தின் தீர்மானத்துக்குப் பின் பவுலுக்கு

ஆதரவாளர்களாக இருந்துவந்த திருத்தூதர்களும் மூப்பர்களும் அதுமுதல் அவருக்கு எதிரிகளாக மாறினர். மீண்டும் அவர்களுக்குள் சண்டைகளும் சச்சரவுகளும் தொடங்கின. இதுபற்றிப் பின்னர் காணலாம்.

மூன்று முக்கிய விஷயங்கள்

* எருசலேம் சங்கம் முதன்முதலாகக் கூட்டப்பட்டது கி.பி. 49-ல்; இது இயேசுவின் மரணத்துக்கும் 16 ஆண்டுகளுக்குப் பின்னர் ஆகும். இதுவரையிலும் புதிய ஏற்பாட்டின் நூல்கள் எதுவுமே எழுதப்படவில்லை. இன்னும் மூன்று ஆண்டுகளுக்குப் பிறகு, கி.பி. 52-ல்தான் முதல் நூல் எழுதப்பட்டது.

* கிறிஸ்தவர்கள் என்ற பெயர் இதுவரை பயன்படுத்தப்படவில்லை; கிறிஸ்து என்ற சொல்லையும் பைபிள் அறிந்திருக்கவில்லை.

* இதுவரை புறஜாதியார் எவரும் இயேசுவின் ஆதரவாளர்கள் பட்டியலில் இல்லை.

மேற்கண்ட மூன்று நிகழ்வுகளும், கி.பி. 49-ல் கூடிய எருசலேம் சங்கக் கூட்டத்திற்கும் பிந்தைய தேவைகளாகும்.

எருசலேம் சங்கத்திற்குப் பின்னர் பவுலின் பணிகள்

எருசலேம் சங்கத்தின் தீர்மானத்தின்படி புறஜாதியார்களிடம் இயேசுவை பிரசாரம் செய்யும்படியான அனுமதி கிடைத்தபின்னும் பவுல் குழுவினரால் அப்பணியைத் தொடங்க முடியவில்லை. எனவே அதன் பின்னரும்கூட பவுல் யூதர்களிடம் மட்டுமே பணியாற்றினார். பிலிப்பி (Philippi) என்னும் இடத்திற்குச் சென்று ஓய்வுநாள் தோறும் யூதர்களை பவுல் குழுவினர் சந்தித்து வந்தனர். (அப்போஸ்தலர் நடபடிகள் - திருத்தூதர் பணிகள் 16:13-30).

பின்னர் பவுல் தெசலோனிக்கா (Thessalonica) நகருக்குச் சென்றார். அங்கே இருந்த யூதர்களுடைய தொழுகைக் கூடத்தில் தொடர்ச்சியாக மூன்று ஓய்வு நாள்கள் பிரசாரம் செய்தார் (அப்போஸ்தலர் நடபடிகள் - திருத்தூதர் பணிகள் 17:1-3). அங்கு பவுலின் போதனைகளால் கலகம் ஏற்பட்டது. எனவே அவருடைய ஆதரவாளர்கள், இரவோடு இரவாக பவுல், சீலா (Silas) இருவரையும் பெரேயா (Berea) என்ற நகருக்கு அனுப்பிவைத்தார்கள். அங்கிருந்த தொழுகைக் கூடத்திலும் அவர்கள் தங்கள் பிரசாரத்தை மேற்கொண்டார்கள் (அப்போஸ்தலர் நடபடிகள் - திருத்தூதர் பணிகள் 17:10-13).

அதன்பின் ஏதென்ஸ் (Athens) சென்ற பவுல் குழுவினர், யூதர்களுடைய தொழுகைக் கூடத்திலும் சந்தைவெளிகளிலும் பிரசாரம் செய்தார்கள் (அப்போஸ்தலர் நடபடிகள் - திருத்தூதர் பணிகள் 17:16-18).

பின்னர் ஏதென்சை விட்டு வெளியேறிய பவுல் கொரிந்து பட்டணம் (Corinth) போய்ச் சேர்ந்தார். அக்கில்லா (Aquila) என்ற யூதரையும் அவருடைய மனைவி பிரிஸ்சில்லா (Priscilla) என்பவரையும் சந்தித்து அவர்களுடன் தங்கினார். ஒவ்வொரு ஓய்வுநாளும் தொழுகைக் கூடத்திற்குச் சென்று பேசினார் (அப்போஸ்தலர் நடபடிகள் - திருத்தூதர் பணிகள் 18:1-5).

கொரிந்துப் பட்டணத்திலும் பவுலுக்கு எதிர்ப்பு ஏற்படவே, 'இது முதல் நான் புறஜாதியாரிடம் போகிறேன்' என்று மீண்டும் கூறிவிட்டு (18:6) புறஜாதியாரிடம் பணியாற்றச் சென்றார்.

பவுலின் தரிசனமும் அது சார்ந்த பொய்யும்

புதிய ஏற்பாட்டில் 27 நூல்கள் உள்ளன. அவற்றுள் 14 கடிதங்கள் பல்வேறு தரப்பினர்க்கும் பவுல் எழுதியவை. எஞ்சியவற்றுள் இரண்டு நூல்கள் லூக்கா எழுதியவை. அவற்றுள் நற்செய்தி நூல் முதல் நூல். மற்றையது அப்போஸ்தலர் நடபடிகள் என்னும் திருத்தூதர் பணிகள். மேற்கண்ட 16 நூல்களிலும் இயேசுவை ஜாதிய எல்லைக்குள்ளிருந்து வெளியே மீட்பதற்குரிய முயற்சிகள் மேற்கொள்ளப்பட்டுள்ளன. இந்நூல்களை எழுதிய பவுலும் லூக்காவும் இயேசுவுக்கு நேரடியாகத் தொடர்பில்லாத அந்நியர்கள். இருவரும் அவரைப் பார்த்ததுகூட இல்லை. இயேசுவின் மரணத்துக்குப் பின்னரே இருவரும் அறிமுகமா கிறார்கள். எனவே இயேசுவின் பெயரைப் பயன்படுத்தித் தங்கள் சொந்தக் கொள்கைகளை அவர்கள் வளர்த்துக்கொண்டார்கள். அதற்குரிய சூழ்நிலையைக் காண்போம்.

கி. பி. 36 வாக்கில் தமஸ்கு பக்கத்தில் 'இயேசுவின் எதிரியாக' பவுல் அறிமுகமாகிறார். அறிமுக நிலையிலேயே 'இயேசுவின் ஆதரவாளராக' மாறினார். அதாவது, 'இயேசுவே மெசியா' என்பதை ஏற்றுக்கொண்டு பிரசாரம் செய்யத் தொடங்கினார். யூதர்களிடையே தாம் செய்த பணிகளால் ஏற்பட்ட பலன்களில் அவருக்குத் திருப்தி ஏற்படவில்லை. எனவே ஜாதிய எல்லையைத் தாண்டி, புறஜாதியாரிடமும் பணியாற்றிட ஆர்வமானார். இயேசு என்கிற ஓர் இனத்தலைவரை பொதுத்தளத்துக்குக் கொண்டுவருதல் என்பது எளிய காரியமல்ல. 'இஸ்ரேலிய யூதர்' என்கிற ஜாதிய எல்லையை விட்டு இயேசுவை வெளியே எடுத்துச் செல்வதை இயேசுவின் உண்மையான சீடர்கள் எதிர்த்தனர்.

இயேசுவுக்கு எதிரியாகக் களமிறக்கப்பட்ட பவுல் அவருடைய ஆதரவாளராக மாறியதுடன், பின்னர் புறஜாதியார்க்கும் ஆதரவாளராக மாறியதற்குரிய காரணங்கள் என இரண்டு பதிவுகள் பைபிளில் உள்ளன.

- இயேசுவின் சொந்த ஜாதியினரைச் சார்ந்தவர்களும், அவரை மெசியா என ஏற்றுக்கொள்ளாதவர்களுமான யூதர்களின் எதிர்ப்பினால்,

நம்பாத யூதர்களிடம் பவுலால் பணியாற்ற முடியாத ஒரு நிலை ஏற்பட்டது. அதனாலேயே தாம் புறஜாதியாரிடம் பணியாற்றிடச் சென்றதாக பவுல் கூறிய ஒரு வாக்குமூலம் (அப்போஸ்தலர் நடபடிகள் - திருத்தூதர் பணிகள் 13:46) முதல் பதிவாகும். இக்காரணமானது இயற்கையானதாகவும், நடைமுறைக்கு ஏற்புடையதாகவும், உளவியல்ரீதியான சமரசத்திற்கு ஏற்றதாகவும் உள்ளது. எனவே இது உண்மையானதாகும்.

- ஆனால் மேற்கண்ட காரணத்தை இயேசுவின் உண்மையான சீடர்களிடம் பவுல் கூறமுடியாது. ஏனெனில் இயேசுவின் சீடர்கள் ஒவ்வொருவரும் பவுல் சந்தித்ததைவிட அதிகமான எதிர்ப்பு களைச் சந்தித்துக்கொண்டிருந்தனர். எனவே அவர்களுக்கு 'மதம் சார்ந்த' வேறு ஒரு காரணத்தை பவுல் கற்பித்துக் கூறினார். அதனைக் காண்போம்.

பழைய ஏற்பாட்டில் எசாயா என்ற இறைவாக்கினர் ஒருவர் இருந்தார். தாம், தன் தாயின் கருவில் இருக்கும்போதே ஓர் இறைவாக்கினராகப் பணியாற்றுமாறு தன்னைக் கடவுள் அழைத்ததாக அவர் கூறினார் (எசாயா 49:1,5). அதே வசனத்தை பவுலும் கூறிக்கொண்டார். அதாவது,

தாயின் வயிற்றில் இருந்தபோதே என்னை தமக்கென ஒதுக்கி வைத்துத் தமது அருளால் என்னை அழைத்த கடவுள், தம் மகனைப் பற்றிய நற்செய்தியை பிற இனத்தவர்க்கு நான் அறிவிக்குமாறு அவரை எனக்கு வெளிப்படுத்த திருவுளம் கொண்டார் (கலாத்தியர் 1:15,16).

என்றார் பவுல்.

எனவே, இயேசுவைப் பற்றிய நற்செய்தியைப் புறஜாதியாருக்கு அறிவிப்பதற்காகக் கடவுளால் தாம் தேர்வு செய்யப்பட்டிருந்த தகவலை, தாம் பிறக்கும் முன்னரே பவுல் தெரிந்துவைத்திருந்தார். இது உண்மையெனில்,

- பவுல் ஏன் கி.பி. 36 வரை இயேசுவுக்கு எதிராகப் படை நடத்தினார்?

- கி.பி. 36-ல் டமஸ்கஸ் நகருக்கு அருகில் பவுல் வந்தபோது, இயேசு அவரைச் சந்தித்து புறஜாதியாரிடம் பணியாற்றுமாறு கட்டளை யிட்டார். அதாவது அவரது 'கருப்பை தரிசனம்' அவருக்கு மீண்டும் நினைவூட்டப்பட்டுவிட்டதாக பைபிள் அறிவிக்கிறது. பின்னரும் ஏன் அவர் உடனடியாக புறஜாதியார்களிடம் போகவில்லை?

- கி.பி. 46 வாக்கில் அந்தியோகியாவில் 'இது முதல் புறஜாதியரிடம் போகிறேன்' என்று கூறியவர், ஏன் உடனே புறஜாதியாரிடம் போகவில்லை?

- கி.பி. 49-ல் எருசலேம் சங்கத்திடம் கேட்டு, புறஜாதியாரிடம் பணியாற்றிட அனுமதியும் பெற்றுவிட்டார். பின்னரும் ஏன் அவர் புறஜாதியாரிடம் போகவில்லை?

அவரால் புறஜாதியாரிடம் போகமுடியவில்லை; ஏனென்றால் பவுல் கூறிய காரணங்களை எவரும் நம்பவில்லை. பவுல் பொய் கூறியதாகச் சொல்லி அவரை அவர்கள் ஒதுக்கி வைத்தனர். புதிய ஏற்பாடு இரண்டு அம்சங்களைக் கருப்பொருளாகக் கொண்டு, ஒரு மதம் என்ற இலக்கை நோக்கி நகருகிறது. ஒன்று, தரிசனம்; இரண்டு, விசுவாசம். பவுல் தமக்குக் கிடைத்ததாகக் கூறிக்கொண்ட 'தரிசனத்தை' அனைவரும் 'விசுவாசிக்க' வேண்டும் என்று நிர்பந்தம் செய்கிறார். இவற்றை விரிவாகப் பின்னர் பார்ப்போம்.

பவுல் பழைய ஏற்பாட்டினை ரத்து செய்தல்

பவுல் தம்முடைய இறுதிக்காலத்தில் மீண்டும் ஒரு தடவை எருசலேம் வந்திருந்தார். அப்போது அவரைக் கண்ட யாக்கோபு மற்றும் ஏனைய மூப்பர்கள் பவுலின் போதனைகளால் ஏற்பட்டிருந்த நெருக்கடி நிலையை அவரிடம் தெரிவித்தார்கள்:

'நீர் பிற இனத்தாரிடையே வாழும் யூதர் அனைவரும் தங்கள் பிள்ளைகளுக்கு விருத்தசேதனம் செய்யவேண்டியதில்லை என்றும் நம் முறைமைகளின்படி நடக்கவேண்டியதில்லை என்றும் கூறி மோசேயின் சட்டத்தை விட்டு விலகுமாறு கற்றுக்கொடுப்பதாக உம்மைப் பற்றிக் கேள்விப்பட்டிருக்கிறோம். நீர் வந்திருப்பது பற்றி இங்குள்ள யூதர்கள் எப்படியும் கேள்விப்பட்டிருப்பார்கள்' என்று கூறினார்கள். அவர்கள் 'இப்போது என்ன செய்வது?' என்று சிந்தித்துக்கொண்டே, 'நாங்கள் உமக்குக் கூறுவதை நீர் செய்யும். பொருந்தனை செய்துகொண்ட நான்கு பேர் எங்களிடையே உள்ளனர். இவர்களைக் கூட்டிக்கொண்டுபோய், இவர்களோடு சேர்ந்து தூய்மைச் சடங்கு செய்துகொள்ளும். அவர்கள் முடி வெட்டுவதற்கான செலவை நீரே ஏற்றுக்கொள்ளும். இதனால் நீர் திருச்சட்டத்தைக் கடைபிடித்து நடப்பவர் என்றும் உம்மைப்பற்றிக் கேள்விப்பட்டவைகளில் உண்மை எதுவுமில்லை என்றும் அனைவரும் தெரிந்துகொள்ளுவர்' (அப்போஸ்தலர் நடபடிகள் - திருத்தூதர் பணிகள் 21:21-24).

பவுலும் அவ்வாறே செயல்பட முற்பட்டார் (அப்போஸ்தலர் நடபடிகள் - திருத்தூதர் பணிகள் 21:26). மேற்கண்ட வசனங்கள் பல செய்திகளை நமக்குத் தருகின்றன.

- விருத்தசேதனம், இஸ்ரேலியர்களின் பழைய ஏற்பாட்டு வாழ்க்கை முறை மற்றும் திருச்சட்டம் எனப்படும் மோசேயின் சட்டம் ஆகியவை தேவையில்லை என்று பவுல் போதித்துவந்திருக்கிறார்.

- எருசலேம் வந்து சேர்ந்த பவுலிடம் ஒரு பொய்யைக் கூறித் தப்பித்துக்கொள்ளுமாறு மூப்பர்கள் அவருக்கு ஆலோசனை கூறினர். அந்த அளவுக்கு அவர்கள் பவுலுக்குக் கடன்பட்டிருந்தார்கள்.

- திருச்சட்டம் கூறும் சட்ட விதிகளைத் தாம் பின்பற்றுவதாகக் காட்டிக்கொள்வதற்காகவே முடிவெட்டும் சடங்கை பவுல் நடத்தினார். அதாவது எந்தச் சட்டம் தேவையில்லை என்று உபதேசம் செய்தாரோ, அதே சட்டங்களின் விதிகளைத் தம்முடைய வாழ்க்கையில் கடைப்பிடித்தார்.

இன்னும் சில விஷயங்களை நாம் கவனத்தில் கொள்ளவேண்டும். பழைய ஏற்பாடு தேவையில்லை என்று போதித்துவந்தவரான பவுல், தம் நூலில் பழைய ஏற்பாட்டு வசனங்களை அதிகமாக உதாரணத்துக் காகப் பயன்படுத்துவார். மேலும், பழைய ஏற்பாட்டு மோசேயின் சட்டம் கூறும் நடைமுறைகளின்படி தன்னுடைய நேர்ச்சையை நிறைவேற்றிக்கொள்ளும்பொருட்டு கெங்கிரேயா துறைமுகம் (Chenchreae) சென்று முடி வெட்டிக்கொண்டார் (அப்போஸ்தலர் நடபடிகள் - திருத்தூதர் பணிகள் 18:18).

'முடிவெட்டும் சடங்கு' என்பது பழைய ஏற்பாட்டில் கூறப்பட்டுள்ள ஒரு மதம் சார்ந்த சடங்கு ஆகும். இரண்டு காரணங்களுக்காக முடிவெட்டிக்கொள்ளும் நிகழ்வு மேற்கொள்ளப்பட்டது. ஒன்று: தொழுநோயிலிருந்து ஒருவர் விடுபட்டுவிட்டால் செய்துக்கொள்வது (லேவியர் 14:8) இரண்டு: ஒருவருடைய விருப்பம் நிறைவேறும் வகையில் மதம் சார்ந்த ஒரு விரதம் மேற்கொள்ளுவதும், விரதத்தின் முடிவில் தன்னுடைய தலை மயிரை வெட்டிக் கொள்ளுவதும் ஆகும். இத்தகைய விரதத்தை 'நசரேய விரதம்' (Nazirite) என்பர் இத்தகு விரதம் இருப்பவர்கள்தான் நசரேயர்களே தவிர, 'நாசரேத்' என்னும் ஊரில் வாழ்ந்தவர் அனைவரும் நசரேயர்கள் என பழைய ஏற்பாடு அறிவிக்கவில்லை. பழைய ஏற்பாட்டில் நீதிபதிகளின் காலத்தில் 'சேம்சன்' (Samson) என்பவரும் அவருடைய தாயாரும் இத்தகு விரதம் இருந்ததாக அறிகிறோம். இத்தகைய விரதம் இருப்பவர்கள் மூன்று விஷயங்களை தவிர்த்து மிகவும் கடுமையான விரதம் மேற்கொள்ளுவர்.

1. மதுபானம் அருந்தக்கூடாது.

2. விரதம் இருப்பவரின் தலையில் சவரக் கத்தி படக்கூடாது. அதாவது அவர் தன் தலை முடியை வளர்த்துக்கொள்ளவேண்டும்.

3. எந்த பிணத்தின் அருகிலும் அவர் போகக்கூடாது. (எண்ணாகமம் - எண்ணிக்கை 6: 3-6)

பவுல் இத்தகைய ஒரு நேர்ச்சையின் முடிவில்தான் தன்னுடைய தலையின் முடியை வெட்டிக்கொண்டார். தன்னுடைய விரதத்துக்கான காரணத்தை திமொத்தேயுவுக்கு அவர் எழுதிய கடிதத்திலிருந்து அறியமுடிகிறது. 'நான் நல்லதொரு போராட்டத்தில் ஈடுபட்டேன், என் ஓட்டத்தை முடித்துவிட்டேன், விசுவாசத்தைக் காத்துக்கொண்டேன்' (2 திமொத்தேயு 4:7) என்று பவுல் அறிவிக்கிறார். அதாவது இயேசுவின் உண்மையான சீடர்களுக்கு எதிரான போராட்டத்தில் விசுவாசத்தையே தம்முடைய கொள்கையாக அவர் அறிவித்து வந்திருக்கிறார். முதலில் தீவிரமாக பவுலுக்கு எதிர்ப்பு தெரிவித்துவந்த இயேசுவின் சீடர்கள், நாளடைவில் பலவீனம் அடைந்தனர். எனவே பவுலின் கை ஓங்கியது. இந்நிலையில் தம் நேர்ச்சையை நிறைவேற்றும் விதமாய் கெங்கிரேயா பட்டணத்தில் தன் தலை முடியை வெட்டிக்கொண்டு, விரதத்தை நிறைவு செய்தார். இது போன்ற சடங்குகள் தேவையில்லை என்று அவர் போதித்து வந்திருக்கிறார். ஆனால் பிறருக்கு அவ்வாறு போதித்த பவுல், தன் சொந்த வாழ்க்கையில் அவ்வாறு நடந்துகொள்ளவில்லை.

பவுல் விருத்தசேதனத்தை ரத்து செய்தல்

விருத்தசேதனம் என்பது, ஆண் குழந்தை பிறந்த எட்டாவது நாளில் அதன் குறியின் நுனித்தோலை வெட்டி அகற்றும் ஒரு சடங்காகும். சுன்னத்து (Circumcision) இதுபற்றிப் பழைய ஏற்பாட்டில் கீழ்க்கண்டவாறு கடவுள் கூறுகிறார்:

மீண்டும் கடவுள் ஆபிரகாமிடம், 'நீயும் தலைமுறை தோறும் உனக்குப்பின் வரும் உன் வழி மரபினரும் என் உடன்படிக்கையைக் கடைப்பிடிக்க வேண்டும். நீங்கள் கடைபிடிக்குமாறு உன்னோடும் உனக்குப் பின் வரும் உன் வழி மரபினரோடும் நான் செய்து கொள்ளும் உடன்படிக்கை இதுவே. உங்களுள் ஒவ்வொரு ஆணும் விருத்தசேதனம் செய்துகொள்ளவேண்டும். உங்கள் உடலில் விருத்தசேதனம் செய்துகொள்ள வேண்டும். இதுவே உங்களுக்கும் எனக்கும் இடையேயுள்ள உடன்படிக்கையின் அடையாளமாகும் (ஆதியாகமம் - தொடக்க நூல் 17:9-11)

ஆனால், கிறிஸ்துவின்மீது புறஜாதியார் நம்பிக்கை கொண்டால் போதும் என்றும், அது நியாயப் பிரமாணம் என்னும் திருச்சட்டத்தை

அவர்களும் கடைப்பிடிப்பதற்குச் சமம் என்றும் அவர் அறிவித்தார் (ரோமர் 2:27-31). மேலும், திருச்சட்டம் கூறும் நடைமுறைகளை உள்ளத்தால் ஒருவர் நிறைவேற்றுவாராகில், அவர் விருத்தசேதனம் செய்துகொண்டதாகக் கருதப்படும் என்றும் பவுல் அறிவித்தார். அதாவது, உடலால் செய்யப்படும் விருத்தசேதனத்தைவிட உள்ளத்தால் செய்யப்படுதலே சிறந்தது என்று அறிவித்தார். சரியாகச் சொல்லுவதாயின், உடலால் செய்யப்படும் விருத்தசேதனத்தைவிட, பரிசுத்த ஆவியால் உள்ளத்தில் செய்யும் விருத்தசேதனமே சிறந்தது என்று பேசினார் (ரோமர் 2:26-29).

அடுத்த கட்டமாக, கடவுளின் சட்டத்தை மீறும்படியும் பவுல் போதிக்கத் தொடங்கினார். கலாத்தியருக்கு பவுல் கடிதம் எழுதும்போது,

> பவுலாகிய நான் உங்களுக்குச் சொல்லுகிறேன்: நீங்கள் விருத்தசேதனம் செய்துகொண்டால் கிறிஸ்துவால் உங்களுக்குப் பயனே இல்லை (கலாத்தியர் 5:2)

என்றார். ஆனால் தம்முடைய வாழ்க்கையில் இதனையும் கடைப்பிடிக்க அவரால் முடியவில்லை. பவுல் ஒரு தடவை லிஸ்திரா சென்றார். அங்கு திமோத்தேயு (Timothy) என்ற சீடர் ஒருவர் அவருக்கு இருந்தார். அவர் ஒரு கலப்பின யூதர். அவருடைய தாய் ஒரு யூதப்பெண்; ஆனால் தந்தை புறஜாதியினர். இந்நிலையில் பவுல் தன் கையாலேயே அவருக்கு விருத்தசேதனம் செய்து வைத்தார். இதுபற்றி பைபிள்,

> பவுல் அவரைத் தம்முடன் கூட்டிச் செல்ல விரும்பினார். அவ்விடங் களில் உள்ள யூதர்களின் பொருட்டு அவருக்கு விருத்தசேதனம் செய்வித்தார் (அப்போஸ்தலர் நடபடிகள் - திருத்தூதர் பணிகள் 16:1-3)

என்று அறிவிக்கிறது. இச்சம்பவமும் எருசலேம் சங்கத்துக்குப் பின்னர் நடந்ததாகும். அதாவது, விருத்தசேதனத்துக்கு எதிரான கருத்தை ஒரு பிரசாரமாக பவுல் தொடங்கி நடத்திவந்த காலத்தைச் சார்ந்ததாகும்.

எருசலேம் சங்கத்தில் தனக்கு ஆதரவான தீர்மானம் நிறைவேறியபின், அக்காலத்தில் இருந்துவந்த நடைமுறைகளில் பல மாற்றங்களை பவுல் செய்தார். அப்படிச் செய்தால் மட்டுமே புறஜாதியாரிடம் இயேசுவைப் பிரசாரம் செய்வது சாத்தியமாகும் என அவர் கருதினார். அவற்றுள் ஒன்று, தம் பணிக்கு இடையூறாக இருந்த விருத்தசேதனம், மோசேயின் சட்டம் மற்றும் பழைய ஏற்பாட்டினை ரத்து செய்தது. ஆயினும் தம் சொந்த வாழ்க்கையில், தம் உபதேசத்தின்படி நடக்க அவரால் முடிய வில்லை. அவர் செய்த இன்னொரு மாற்றம் மிகவும் முக்கியமானது. அதனைக் காண்போம்.

ஒரு மெசியாவை கிறிஸ்துவாக மாற்றினார்

கி.மு. 586-ல் நெபுகத்நெசர் மூலம் தொடங்கிவைக்கப்பட்ட அரசியல், மதம், பொருளாதாரம் மற்றும் சமூகம் சார்ந்த அனைத்துப் பிரச்சினை களுக்கும் மெசியா வருகிற காலத்தில் தீர்வுகள் கிடைத்துவிடும் என்று இஸ்ரேலிய யூதர்களுக்குப் பழைய ஏற்பாட்டில் வாக்குறுதி வழங்கப் பட்டிருந்தது. மெசியா எனப்பட்டவர் இஸ்ரேலிய மக்களின் நலனுக்காகவே உழைக்கவேண்டியவர். மெசியா என்ற சொல்லுக்குரிய விளக்கமாக, 'எவர் ஒருவர், கடவுளால் தேர்வு செய்துகொள்ளப் பட்டவர்களாகிய இஸ்ரேலிய மக்களுக்காக உழைப்பதற்கெனக் கடவுளால் நியமிக்கப்பட்டவரோ, அவரே மெசியா' எனக் கூறப் பட்டுள்ளது (Harper's Bible Dictionary, பக்கம் 630).

மெசியா என்பவர் ஒரு கடவுள் என்று பழைய ஏற்பாட்டில் அறிவிக்கப் படவில்லை; 'கடவுளால் அனுப்பப்பட்ட ஒரு மனிதர்' என்றுதான் அறிவிக்கப்பட்டுள்ளது. 'வருகிறவர்' என பழைய ஏற்பாட்டால் அறிவிக்கப்பட்டிருந்த மெசியாவாக இயேசுவைக் கருதும்போது, புறஜாதியார்க்குக் கீழ்க்கண்ட சில பிரச்சினைகள் எழ வாய்ப்புகள் உண்டு.

- வருகிறவர் (மெசியா) இஸ்ரேலிய யூதர்களின் விடுதலை வீரர். எனவே அவர் புறஜாதியாரோடு சம்பந்தப்பட்டிருக்க முடியாது.

- மெசியாவானவர் புறஜாதியாருக்கு எதிரியாகவும் அவர்களைத் தண்டிக்கிறவராகவும் இருக்கவேண்டும்.

இந்நிலையில் இயேசுவை மெசியா என அவருடைய சீடர்கள் அறிவித்துப் பிரசாரமும் செய்துவந்தனர். ஆனால், தற்போது இயேசுவைப் புறஜாதியாரிடம் பிரசாரம் செய்யவேண்டிய ஒரு தேவை பவுலுக்கு ஏற்பட்டது. ஆகவே மெசியா என்கிற அந்தஸ்திலிருந்து, அதிலும் மேம்பட்ட வேறோர் அந்தஸ்துக்கு இயேசுவை மாற்றினால் மட்டுமே அது சாத்தியமாகியிருக்கும்.

அக்காலத்தில் பல்வேறு கடவுள்கள் இருந்ததாக பைபிள் அறிவிக்கிறது. ஆனால் எல்லோருக்கும் பொதுவான ஒரு கடவுளை, பவுல் அறிமுகமாகும்வரை, பைபிள் அறிந்திருக்கவில்லை. இயேசுவேகூட அப்படியொரு கடவுளை அறியாமலேயே இருந்தார். அதனால்தான் அவர் தன்னுடைய ஜாதிக்காக மட்டுமே உழைத்ததாக அறிவிக்கப் படுகிறார்.

எல்லோருக்கும் பொதுவான ஒரு நபராகத் தம்மை அறிமுகப்படுத்து வதற்குரிய வாய்ப்பு ஒரு தடவை இயேசுவுக்கு வந்தமைந்தது.

ஆனால் இயேசு அதனைத் தவற விட்டுவிட்டார். மத்தேயு 15-ம் அதிகாரத்திலும் மாற்கு 7-ம் அதிகாரத்திலும் பேசப்படுகிற கானான் தேசத்தைச் சார்ந்த ஒரு புறஜாதிப் பெண் அவரிடம் உதவி கேட்டு வந்தபோது, தன் ஜாதிய எல்லையை மீற முடியாமல் இயேசு தவித்ததை பைபிள் அறிவிக்கிறது.

இந்நிலையில், பவுல் கிரேக்க் கல்வியில் சிறந்து விளங்கியதால், அக்கல்வியினால் ஏற்பட்ட அறிவைப் பயன்படுத்தி, இயேசுவுக்கு மெசியா என்பதைத் தவிர வேறோர் அடையாளத்தைக் கொடுக்க முனைந்தார்.

கிரேக்கத்தில் 'கிறைஸ்டோஸ்' (Christos) என்ற ஒரு சொல் வழக்கில் இருந்தது. இச்சொல் ஜாதிகளைத் தாண்டிய நிலையில், 'எல்லோருக்கும் ஏற்புடைய கடவுள்' என்னும் பொருள் கொண்டதாகும். எனவே, பவுல் இயேசுவை 'கிறிஸ்து' (Christ) என்று அறிமுகம் செய்யத் தொடங்கினார். இதற்கு இயேசுவின் சீடர் களிடமிருந்து எதிர்ப்பு வந்தபோது, அதனை விவேகத்துடன் எதிர் கொண்டார். இதனை பவுல் இவ்வாறு எழுதுகிறார்:

நற்செய்தியைத் தருவதாகக் கடவுள் தம் இறைவாக்கினர் வழியாக ஏற்கெனவே திருமறை நூலில் வாக்களித்திருந்தார். இந்த நற்செய்தி அவருடைய மகனைப் பற்றியதாகும். இவர் மனிதர் என்னும் முறையில் தாவீதின் வழி மரபினர்; தூய ஆவியால் ஆட்கொள்ளப் பட்ட நிலையில் வல்லமையுள்ள இறைமகன். இவர் இறந்து உயிர்த்தெழுந்ததால் இந்த உண்மை நிலைநாட்டப்பட்டது. இவரே நம் ஆண்டவர் இயேசு கிறிஸ்து. பிற இனத்தார் அனைவரும் இவர்மீது நம்பிக்கைகொண்டு இவருக்குக் கீழ்ப்படியுமாறு இவர் பேர் விளங்க இவர் வழியாகவே நாங்கள் திருத்தூதுப் பணி செய்வதற்குரிய அருளைப் பெற்றுக்கொண்டோம் (ரோமர் 1:2-5).

மேற்கண்ட வசனத்தின்மூலம் இயேசுவின் உண்மையான சீடர்களுடன் பவுல் ஒரு சமரச ஏற்பாட்டுக்கு முயன்றார் என்பதை அறியலாம். இவ்வசனங்களிலிருந்து நாம் பல தகவல்களைப் பெற்றுக் கொள்ளுகிறோம்.

- ஏற்கெனவே மெசியாவாகிய நற்செய்தியைத் தருவதாக, இறைவாக்கினர் எனப்பட்ட தீர்க்கதரிசிகள் மூலமாகப் பழைய ஏற்பாட்டில் கடவுள் வாக்களித்திருந்தார்.

- அந்த நற்செய்தி அவருடைய மகனைப் பற்றியதாகும்.

- இரண்டு இயேசு பற்றிய தகவலும் இவற்றில் பதிவு செய்யப் பட்டுள்ளது. ஒருவர் தாவீதின் வழி மரபினர் என்ற முறையில்

மனிதர். அவரில் பரிசுத்த ஆவி இல்லை. மனிதராகிய இயேசு மரணமடைந்ததும் இரண்டாவது இயேசு அறிமுகமாயினார். அவர் பரிசுத்த ஆவியின் மூலம் கடவுளின் மகனாக ஆனவர். சிலுவையில் இறந்துபோன இயேசு, பரிசுத்த ஆவி அவருடைய உடலில் செயல் பட்டபின் உயிரோடு எழுந்தார். அப்போது முதல் இவர் வேறோர் இயேசு. இவர்தான் கிறிஸ்து. முதல் இயேசு மெசியா மட்டுமே. கிறிஸ்துவாகிய இரண்டாவது இயேசுவுக்குப் பணியாற்றும் பொறுப்பினை பவுல் ஏற்றுக்கொண்டாரே தவிர, மெசியா என்கிற நிலையில் உள்ள முதல் இயேசுவுக்கு அல்ல.

● கிறிஸ்து என்கிற நிலையில் உள்ள இரண்டாவது இயேசுவே புறஜாதிகளுக்கு உரியவர்; நம்பிக்கை (விசுவாசம்) மட்டுமே அவரோடு புறஜாதியாரை இணைக்க முடியும்.

இவ்வளவு தெளிவான தகவல்களை மேற்கண்ட வசனங்கள் தருகின்றன. கிறிஸ்துவுக்கே தாம் பணியாளராக நியமிக்கப்பட்டிருக்கிறேனே தவிர, மெசியாவுக்கல்ல என்று பவுல் தெளிவாகக் கூறுகிறார்.

இக்கொள்கை உடையவராக இருந்த காரணத்தாலேயே, 'தன்னுடைய நற்செய்தி' (My Gospel) என்று பவுல் குறிப்பிட்டுப் பேசுமிடங்களில் (ரோமர் 2:16; கொலோசையர் 1:22,23) இயேசு உயிரோடு வாழ்ந்து சாதித்ததாகக் கூறப்படும் எந்தவொரு தகவலையும் பவுல் பதிவு செய்ய மாட்டார். அதாவது, உயிரோடு வாழ்ந்த இயேசுவை பவுல் ஏற்றுக் கொள்ளமாட்டார். அதனால் புதிய ஏற்பாட்டில் உள்ள தம்முடைய நூல்களில் இயேசுவின் பிறப்பு பற்றியோ, அவரது போதனை மற்றும் சாதனை பற்றியோ பவுல் எதுவும் எழுதமாட்டார். மாறாக இயேசுவின் மரணத்திலிருந்துதான் தொடங்குவார்.

இயேசுவின் திருத்தூதர்கள் பவுலின் கொள்கைகள் பற்றிக் கேள்வி எழுப்பி ஆட்சேபம் தெரிவித்தனர். எனவே தம்முடைய இயேசுவானவர், திருத்தூதர்கள் எனப்பட்ட அப்போஸ்தலர்களுடைய இயேசுவிலிருந்து வேறுபட்டவர் என்றும், அவர் வேறோர் இயேசு (another Jesus) என்றும் பவுல் அறிவித்தார். (2 கொரிந்தியர் 11:4,5).

பவுல் ஏற்கெனவே கொரிந்து பட்டணத்தில் ஒன்றரை ஆண்டுகள் பணியாற்றி பெரும்பாலானவர்களைத் தம் கட்சியில் சேர்த்திருந்தார். பின்னர் அங்கிருந்து சிரியாவுக்குக் கப்பல் ஏறினார் (அப்போஸ்தலர் நடபடிகள் - திருத்தூதர் பணிகள் 18:1-11 மற்றும் 18:18). இக்கால கட்டத்தில் அப்போஸ்தலர்கள் எனப்பட்ட திருத்தூதர்கள் சிலர் அங்கு சென்று மீண்டும் அவர்களை யூத மரபுக்கு மாற்றிவிட்டனர். உடனே பவுல் கொரிந்தியர்கள் தம் கொள்கைக்கு மட்டுமே சொந்தமானவர்கள் என்று கடிதம் எழுதினார் (1 கொரிந்தியர் 4:14-16). தமக்கு எதிராகப்

பிரிந்து சென்றவர்கள்மீது வன்முறையைப் பிரயோகம் செய்யவும் தயங்கமாட்டேன் என்று கூறி, அவர்களை எச்சரித்தார் (1 கொரிந்தியர் 4:21). நேரில் சென்று அங்குள்ள சூழ்நிலைகளை ஆய்வு செய்து வருமாறு தம் சீடரான திமொத்தேயு என்பவரை அனுப்பிவைத்தார் (1 கொரிந்தியர் 4:17). அதன்பின்னரே கொதித்துப்போய் கீழ்க்கண்ட வசனங்கள் அடங்கிய தம் இரண்டாம் கடிதத்தை எழுதினார்.

உங்களிடம் யாராவது வந்து, நாங்கள் அறிவித்த இயேசுவைத் தவிர வேறு ஓர் இயேசுவைப் பற்றி அறிவித்தால், அல்லது நீங்கள் பெற்ற தூய ஆவியை (பரிசுத்த ஆவி) தவிர வேறு ஓர் ஆவியைப் பற்றிப் பேசினால், அல்லது நீங்கள் ஏற்ற நற்செய்தியைத் தவிர வேறு ஒரு நற்செய்தியைக் கொண்டுவந்தால் நீங்கள் அவர்களை எளிதாக ஏற்றுக்கொள்ளுகிறீர்கள். இப்படிப்பட்ட 'மாபெரும்' திருத்தூதரைவிட (அப்போஸ்தலர்) நான் எதிலும் குறைந்தவன் அல்லேன் என்றே கருதுகிறேன் (2 கொரிந்தியர் 11:4-5).

இவ்வாறு தம்முடைய இயேசுவானவர் அப்போஸ்தலர் எனப்படும் திருத்தூதர்களுடைய இயேசுவிலிருந்து மாறுபட்டவர் என்பதை நிறுவினார். அதாவது அவர்களுடைய இயேசு ஒரு மெசியா. அதே இயேசு மரணத்துக்குப்பின், கிறிஸ்துவாக மாறினார். அந்த இரண்டாவது இயேசுவே தம்முடைய இயேசு என்று பவுல் தெளிவுபடுத்தினார்.

புதிய ஏற்பாடு எழுதப்படுதல்

கி.பி. 49-க்குப்பின் பல்வேறு விவாதங்களாக நடைபெற்று வந்த கருத்துகளை பவுல் தம் கடிதங்களில் எழுதினார். முதன்முதலில் பவுல் மூலம் புதிய ஏற்பாட்டு நூல்கள் எழுதத் தொடங்கப்பட்டன. கி.பி. 52 வாக்கில் தெசலோனிக்கருக்குத் தம் முதல் கடிதத்தை பவுல் எழுதினார். காலத்தால் முதலில் எழுதப்பட்ட புதிய ஏற்பாட்டு நூல் இதுவே. அதனைத் தொடர்ந்து தம்முடைய 14 கடிதங்களையும் பவுல் கி.பி. 65-க்குள் எழுதி முடித்துவிட்டார். ஆனால் இயேசுவின் திருத்தூதர்களோ அல்லது மற்றவர்களோ, இதுவரை புதிய ஏற்பாட்டு நூல்கள் எதனையும் எழுதத் தொடங்கியிருக்கவில்லை.

பவுலின் நூல்களில் மூன்று விஷயங்கள் தெளிவாக அழுத்தம் பெற்றிருந்தன. அவையாவன:

- விருத்தசேதனம், திருச்சட்டம் எனப்படும் நியாயப்பிரமாணம் மற்றும் பழைய ஏற்பாடு ஆகியவை தேவையில்லை (அப்போஸ்தலர் நடபடிகள் - திருத்தூதர் பணிகள் 21:28; ரோமர் 10:4 மற்றும் 7:6).

- உயிரோடு வாழ்ந்த காலத்தில் இயேசுவில் தூய ஆவி இல்லை. அவர் மரணமடைந்த பின்னரே அவரில் பரிசுத்த ஆவியாகிய தூய

ஆவி இறங்கியது; அதனாலேயே அவர் மரணத்திலிருந்து மீண்டும் உயிரோடு எழுந்தார் (2 திமோத்தேயு 2:8,9 மற்றும் 2 கொரிந்தியர் 11:4,5 மற்றும் 5:15,16).

• இயேசுவை 'கிறிஸ்து' எனவும், மரணத்துக்குப் பின் கிறிஸ்துவாக மாறிய பின்னரே அவர் அனைவருக்கும் உரிய கடவுளானார் எனவும் நிறுவினார் (1 கொரிந்தியர் 2:2 புரோட்டஸ்டண்ட் மொழிபெயர்ப்பு. பொது மொழிபெயர்ப்பில் 'கிறிஸ்து' என்பது இல்லை.).

மேற்கண்ட பவுலின் மூன்று கொள்கைகளையும் இயேசுவின் உண்மை யான சீடர்கள் மறுத்தனர். பவுலுக்குத் தக்க பதில் சொல்லியாக வேண்டிய நிர்பந்தம் அவர்களுக்கு ஏற்பட்டபோது கி.பி. 66-ல் மாற்கு என்பவர் முதன்முதலாக இயேசுவின் நற்செய்தி நூலை எழுதினார். அதனைத் தொடர்ந்து ஏனையவர்களும் தத்தம் நூல்களை எழுதினர்.

நற்செய்தி நூல்களை எழுதியவர்களுள் லூக்கா என்பவர் இயேசுவோடு சம்பந்தமில்லாதவர். பவுலின் சீடர். மாற்கு என்பவர் இயேசுவின் சீடரான பேதுருவின் சீடர். மத்தேயு, யோவான் இருவரும் இயேசுவின் திருத்தூதர்கள். லூக்காவைத் தவிர ஏனைய மூன்று பேர்களும் பவுலுக்குப் பதில் சொல்லுவதற்காகவே நூல்கள் எழுதினர். அவ்வாறு பவுலுக்கு மாற்றாக அவர்கள் தங்களுடைய நூல்களில் எழுதியிருக்கும் சில செய்திகளைக் காண்போம்.

1. மோசேயின் சட்டம் மற்றும் பழைய ஏற்பாடு நூல்களுக்கு இயேசு ஆதரவானவர் என்று எழுதினர்.

இயேசு தங்களிடம் கூறியதாக ஒரு தகவலை மத்தேயு குறிப்பிடுகிறார்.

திருச்சட்டத்தையோ, இறைவாக்குகளையோ (தீர்க்கதரிசனங்கள்) நான் அழிக்க வந்தேன் என நீங்கள் எண்ணவேண்டாம்; அழிப்பதற்கல்ல, நிறைவேற்றுவதற்கே வந்தேன். விண்ணும் மண்ணும் ஒழியாதவரை, திருச்சட்டத்திலுள்ள அனைத்தும் நிறைவேறாதவரை, அச்சட்டத்தின் மிகச் சிறியதோர் எழுத்தோ அல்லது எழுத்தின் ஒரு கொம்போ ஒழியாது என உறுதியாக உங்களுக்குச் சொல்லுகிறேன். எனவே இக்கட்டளைகளில் மிகச் சிறியது ஒன்றையேனும் மீறி அவ்வாறே மக்களுக்குக் கற்பிக்கிறவர் விண்ணரசில் மிகச் சிறியவர் எனக் கருதப்படுவார் (மத்தேயு 5:17-19).

எனவே உலகம் அழியும்வரை பழைய ஏற்பாடு அழியாது என்பது தெளிவுபடுத்தப்பட்டுள்ளது. பவுலின் பிரசாரம் இயேசுவின் கொள்கை களுக்கே மாறானது என்பதும் தெளிவுபடுத்தப்பட்டுள்ளது.

தொழுநோயாளி ஒருவர் குணமடைந்துவிட்டால், அவர் குணமடைந்து விட்டதாக அறிவிக்கும் உரிமை லேவியரான குருக்களுக்கு மட்டுமே

உண்டு, என்பது மோசேயின் சட்டம் (லேவியர் 14:1-32). ஒரு சமயம் ஒரு தொழு நோயாளி இயேசுவிடம் வந்து, தம்முடைய நோயை குணமடையச்செய்யும்படி அவரை வேண்டினார். இயேசுவும் அவரைக் குணப்படுத்திவிட்டு, 'நீர் போய் உம்மைக் குருவிடம் காட்டி மோசே கட்டளையிட்டுள்ள காணிக்கையைச் செலுத்தும். நீர் நலமடைந்துள்ளீர் என்பதற்கு அது சான்றாகும் என்று அறிவித்தார்.' (மத்தேயு 8:4) இவ்வாறு, இயேசு பழைய ஏற்பாட்டுக்கும் மோசேயின் சட்டங் களுக்கும் ஆதரவாக இருந்தாரே தவிர, அவற்றை அழிக்க வரவில்லை என அவரது சீடர்கள் எழுதினர்.

2. உயிரோடு இயேசு வாழ்ந்த காலத்திலேயே அவரிடம் தூய ஆவி (பரிசுத்த ஆவி) இருந்தது என்று இவர்கள் எழுதினர்.

பவுலின் கொள்கையின்படி, இயேசுவிடம் தூய ஆவி (பரிசுத்த ஆவி) இறங்கிய காலம், அவர் கல்லறையில் இருந்தபோதுதான். அவர் உயிரோடு வாழ்ந்த காலத்தில் அவரில் பரிசுத்த ஆவி இல்லை என்று பவுல் கூறிவிட்டதால் அதிர்ச்சியடைந்த இயேசுவின் சீடர்கள், உயிரோடு வாழ்ந்தபோதும் அவரில் தூய ஆவி (பரிசுத்த ஆவி) இருந்தது என்று நிறுவ மிகவும் சிரமப்பட்டார்கள்.

கி.மு. 700 வாக்கில் பழைய ஏற்பாட்டு எசாயா என்னும் இறைவாக்கினர், அவருடைய காலத்தவரான யூதேயா நாட்டு ஆகாஸ் (Ahaz) மன்னனுக்கு ஏற்பட்ட போர் ஆபத்து நீங்குவது பற்றி ஓர் இறைவாக்கு உரைத்தார். 'கன்னி கரு தாங்கி குழந்தை பெறுவாள்' (எசாயா 7:14) என்றும், ஆகாஸ் மன்னனுடைய எதிரிகள் அழிந்து போவார்கள் என்பதற்கு அதுவே முன்னடையாளம் என்றும் அவர் கூறினார். எசாயாவின் இந்த தீர்க்கத்தரிசனம் மெசியாவிற்கு உரியதல்ல. ஆயினும் மெசியாவாகக் கருதப்பட்ட இயேசுவுக்கு இது உரியதாக எழுதுவதற்கு இயேசுவின் சீடர்கள் துணிந்தனர். அப்படி எழுதிவிடுவதன் மூலம் இரண்டு காரியங்களைச் சாதிக்க முடியும் என அவர்கள் நம்பினர். ஒன்று, இயேசுவின் பிறப்பின் மீதுள்ள மர்மம் நீங்கும். இன்னொன்று, பிறக்கும்போதே இயேசுவில் பரிசுத்த ஆவி இருந்ததாக அறிவித்துவிடலாம்.

எனவே இயேசு பிறந்ததே பரிசுத்த ஆவியினால்தான் (தூய ஆவி) என்று எழுதினார்கள் (மத்தேயு 1:18). அதாவது, பிறந்தது முதலே அவரில் பரிசுத்த ஆவி இருந்து என்று எழுதினார்கள். அவ்வாறு எழுதியதோடு திருப்தியடையாத மத்தேயு, இயேசு திருமுழுக்கு பெற்றபோது மீண்டும் ஒருதடவை கடவுளின் ஆவி புறா வடிவில் இறங்கியதாக எழுதுகிறார் (மத்தேயு 3:16). இது இயேசுவின் முப்பதாவது வயதில் நடந்த சம்பவமாகும். பிறக்கும்போதே பரிசுத்த ஆவி அவரில் இருந்திருந்தால் முப்பதாவது வயதில் மீண்டும் பரிசுத்த ஆவி இறங்கவேண்டியது

அவசியமில்லை. இப்போதுதான் இறங்கியது என்றால் பிறக்கும்போது அவரில் பரிசுத்த ஆவி இல்லை.

3. இயேசு மெசியாவே தவிர கிறிஸ்துவல்ல என்று இவர்கள் எழுதினர்.

இக்கொள்கையை நிலைநிறுத்த இயேசுவின் சீடர்கள் பெரும் முயற்சியை மேற்கொண்டனர். மெசியாவின் பணிகள்பற்றிப் பழைய ஏற்பாட்டு இறைவாக்கினர் எழுதியுள்ளனர். அவற்றுள் ஒன்று, புறஜாதியார்மீது மெசியா விரோதமாக இருத்தல். இது பழைய ஏற்பாட்டில் எழுதப் பட்டுள்ளது. மேலும் ஒரு யூதன் எப்போதும் சமாரியர்களிடம் வெறுப்பாக நடந்துகொள்ளவேண்டும். இது சாதாரண யூதன் ஒருவனின் நடைமுறைப் பழக்கம். இயேசு இந்த இரண்டு விஷயங்களையும் சரியாகப் பின்பற்றினார் என்று நற்செய்தி நூல்களில் இயேசுவின் சீடர்கள் எழுதினார்கள். மத்தேயு தன்னுடைய நூலில், தங்களைப் பணியாற்று மாறு இயேசு அனுப்பிவைத்தபோது, 'சமாரியார் பட்டணங்களுக்கும் புறஜாதியார் நாடுகளுக்கும் போகவேண்டாம்' என்றுகூறி, கட்டளை யிட்டு அனுப்பிவைத்ததாக எழுதினார் (மத்தேயு 10:5, 6).

ஒரு சமாரியப் பெண்ணை சிக்கார் (Sychar) என்னும் ஊரில் இயேசு சந்தித்ததாக திருத்தூதர் யோவான் தன்னுடைய நற்செய்தி நூலில் எழுதுகிறார். பெண்ணடிமைத்தனம் பேணப்படவேண்டும் என்று பைபிள் கூறிவந்த அக்காலத்தில், இயேசு ஒரு பெண்ணிடம் பேசிவிட்டார் என்பதுவும் சமாரியர்களைத் தீண்டத்தகாதவர்களாக யூதர்கள் நடத்தி வரும் சூழ்நிலையில் இயேசு ஒரு சமாரியப் பெண்ணிடம் பேசிவிட்டார் என்பதுவும், ஒரு மகத்தான காரியமாகவும் பெண் குலத்தின்மீது இயேசுவுக்கு இருந்த மிகுந்த மரியாதையை இது காட்டுகிறது என்றும் இன்றளவும் இது பேசப்படுகிறது.

ஆனால் இயேசு அப்பெண்ணை சந்தித்து உரையாடிய விதமானது இயேசுவுக்குப் பெருமை சேர்க்கக்கூடியதாக இல்லை. இந்த உரையாடலை பைபிள் எவ்வாறு குறிப்பிடுகிறது என்பதைக் காண்போம். இயேசு தாகத்தோடு கிணற்றங்கரையில் அமர்ந்திருந்தார். யாராவது தண்ணீர் எடுக்க வந்தால் அவரிடம் கேட்டுத் தண்ணீர் வாங்கிக் குடிக்கலாம் என்றிருந்த நிலையில், ஒரு சமாரியப்பெண் அங்கு வந்தாள். இயேசு அவளிடம் 'குடிக்க எனக்குத் தண்ணீர் கொடும்' என்று கேட்டார். அச்சமாரியப் பெண் அவரிடம், 'நீர் யூதர்; நானோ சமாரியப் பெண். நீர் என்னிடம் குடிக்கத் தண்ணீர் கேட்பது எப்படி?' என்று கேட்டார். ஏனெனில் யூதர்கள் சமாரியர்களோடு பழகுவதில்லை (யோவான் 4:6-9) என்று பைபிளில் தெளிவாக எழுதப்பட்டுள்ளது. இவ்வாறு தொடங்கிய உரையாடல் தொடர்ந்தது. இயேசு அப்பெண்ணிடம்,

'நீர் போய், உம் கணவரை இங்கே கூட்டிக்கொண்டு வாரும்' என்று கூறினார். அப்பெண் அவரைப் பார்த்து, 'எனக்கு கணவர் இல்லையே' என்றார். இயேசு அவரிடம், 'எனக்குக் கணவர் இல்லை' என நீர் சொல்லுவது சரியே. உமக்கு ஐந்து கணவர்கள் இருந்தார்கள் என்றாலும் இப்போது உம்முடன் இருப்பவர் உம் கணவர் அல்ல. எனவே நீர் கூறியது உண்மையே' என்றார் (யோவான் 4:16-18).

மேற்கண்ட உரையாடலிலிருந்து, அந்தப்பெண்ணின் முழுத் தகவலும் இயேசுவுக்குத் தெரிந்திருக்கிறது என்பதை நாம் அறிகிறோம். அவளுக்குச் சொந்தமாக ஒரு கணவன் இல்லை என்பதுவும் அவருக்குத் தெரிந்திருக்கிறது. ஆயினும், அப்பெண்ணின் தனிப்பட்ட வாழ்க்கையை வெளிப்படுத்தும் விதமாக, அவளை 'ஒரு வேசி' என பகிரங்கப் படுத்தியிருக்க வேண்டியதில்லை. மேலும், யூதர்கள் எவரும் சமாரியர் களின் வழிபாட்டு முறையை ஏற்றுக்கொள்வதில்லை. அப்பெண்ணிடம் பேசியபோது இயேசு அதனையும் வெளிப்படுத்தினார். இச்சம்பவத்தை யோவான் எழுதியிருப்பதன் நோக்கமே, 'இயேசு சமாரியர்களை வெறுத்தார்' என்பதைப் பதிவு செய்வதற்காகவே. இச்சம்பவத்தின் மூலம், இயேசு ஒரு சாதாரண யூதனாக நடந்துகொண்டதாகவே யோவான் எழுதுகிறார்.

இன்னொரு சம்பவம் புறஜாதியார் பற்றியது. இச்சம்பவத்தை மத்தேயு, மாற்கு இருவருமே எழுதியுள்ளனர்.

ஒரு சமயம் கானான் தேசத்துப் புறஜாதிப்பெண் ஒருத்தி இயேசுவிடம் வந்து, தம் மகளுக்குப் பிசாசு பிடித்திருப்பதாகவும், அவளைக் குணப்படுத்தித் தரவேண்டும் என்றும் கேட்டுக்கொண்டாள். அதற்கு, அவரோ மறுமொழியாக, 'இஸ்ரயேல் குலத்தாருள் காணாமல்போன ஆடுகளாய் இருப்போரிடமே நான் அனுப்பப்பட்டேன்' என்றார் (மத்தேயு 15:24). அதாவது புறஜாதியாருக்காகத் தாம் அனுப்பப்பட வில்லை என்றும், இஸ்ரேலியர்களுக்காகவே தாம் அனுப்பப்பட்டுள்ள தாகவும் குறிப்பிடுகிறார். அப்பெண் மீண்டும் அவரை வற்புறுத்திக் கேட்டதால், அவர் அவளை நோக்கி, 'பிள்ளைகளின் அப்பத்தை எடுத்து நாய்க் குட்டிகளுக்கு போடுகிறது நல்லதல்ல' என்றார் (மத்தேயு 15:26, புரோட்டஸ்டண்ட் மொழிபெயர்ப்பு).

மேற்கண்ட வசனங்கள், இயேசு புறஜாதியாருக்காக அனுப்பப்பட வில்லை என்பதையும், புறஜாதியரை இயேசு இழிவாகக் கருதினார் என்பதையும் தெளிவுபடுத்த எழுதப்பட்டவையாகும். பவுல் இயேசுவை புறஜாதியாரிடம் எடுத்துச் சென்றதை மறுக்கவும், 'தாம் புறஜாதியாருக்காக அனுப்பப்படவில்லை; இஸ்ரேலியர்களுக்காகவே கடவுளால் அனுப்பப்பட்டிருப்பதாக' இயேசுவே தங்களிடம் கூறியதாக அறிவிப்பதற்குமே பைபிளில் இச்சம்பவம் எழுதப்பட்டுள்ளது.

எனவே, இயேசு மெசியா என்கிற வரையறைக்குள்தான் செயல்பட்டார் என்றும்; கிறிஸ்து என்கிற நிலையை அவர் எடுத்துக்கொள்ளவில்லை என்றும் பவுலுக்குரிய பதிலாகத் தங்கள் நூல்களில் இயேசுவின் சீடர்களும் மாற்கும் எழுதினர்.

இவ்வாறு, இயேசுவின் உண்மையான சீடர்கள் பவுலின் கொள்கைக்கு மாற்றாகத் தங்களுடைய கொள்கைகளை உருவாக்கினர். உயிரோடு வாழ்ந்த இயேசுவுக்கு எதிராகச் செயல்பட்டவர்களை எதிர்க் கிறிஸ்து (Anti-Christ) என்றும் தாக்கினர். எதிர்க் கிறிஸ்துவைப் பற்றி எழுதும்போது பவுலுடைய பெயரைக் குறிப்பிடாமல் அவருடைய முழு முகவரியையும் தங்கள் நூல்கள் மூலமாகத் தருகிறார்கள்.

யார் இந்த எதிர்க் கிறிஸ்து?

எதிர்க் கிறிஸ்து என்பவர் ஒரு தனி நபரா அல்லது ஒரு குழுவினரா என்பதை முதலில் பார்க்கவேண்டும். பைபிளில்,

> குழந்தைகளே! இதுவே இறுதிக்காலம் எதிர்க் கிறிஸ்து வருவதாக நீங்கள் கேள்விப்பட்டிருக்கிறீர்களே! இப்போது எதிர்க் கிறிஸ்துக்கள் பலர் தோன்றியுள்ளனர் (1 யோவான் 2:18).

என்பதிலிருந்து எதிர்க் கிறிஸ்து என்போர் பலர் என அறிகிறோம்.

> இந்த எதிர்க் கிறிஸ்து வருவதாக நீங்கள் கேள்விப்பட்டிருக்கிறீர்களே! இப்போதே அவன் உலகில் இருக்கிறான் (1 யோவான் 4:3)

என்ற வேறொரு வசனத்திலிருந்து, அவர் ஒரு தனிநபர் எனவும் அறிகிறோம். மேலும்,

> இவர்கள் நம்மிடமிருந்து பிரிந்தவர்கள்; உண்மையில் இவர்கள் நம்மைச் சேர்ந்தவர்களே அல்ல. நம்மைச் சேர்ந்தவர்களாக இருந்திருந்தால் நம்மோடு சேர்ந்தே இருந்திருப்பார்கள் (1 யோவான் 2:19)

என்றும் யோவான் எழுதுகிறார். ஆகவே, எதிர்க் கிறிஸ்து எனப்படுபவர்

* பலர் அடங்கிய ஒரு குழுவுக்குரிய தலைவன் என்பதையும்;

* அந்த எதிர்க் கிறிஸ்து இயேசுவின் காலத்துக்குப் பின்னர் உடனேயே தோன்றிவிட்டதாகவும்; இப்போது சிலர் கூறுவதுபோல எதிர்காலத்தில் அவர் வரவேண்டியவராக இல்லை என்பதையும்;

* 'எதிர்க் கிறிஸ்து' எனப்பட்டவர்கள் தொடக்கத்தில் இயேசுவின் சீடர்களோடு சேர்ந்து பணியாற்றியவர்கள் என்பதுவும்; கடைசியாய் அவர்களைவிட்டுப் பிரிந்து சென்றவர்கள் என்பதையும்,

மேற்கண்ட வசனங்களிலிருந்து நாம் அறிகிறோம். மேலும்,

> இயேசு மெசியா அல்ல என்று மறுப்போரைத்தவிர வேறு யார் பொய்யர்? தந்தையையும் மகனையும் மறுப்போர்தாம் எதிர்க் கிறிஸ்துக்கள் (1 யோவான் 2:22)

என்றும் யோவான் எழுதுகிறார்.

இஸ்ரேலியர்களின் சொந்தக் கடவுள் யெகோவா. தமிழில் 'ஆண்டவர்' என்றும் 'கர்த்தர்' என்றும் எழுதியுள்ளார்கள். பவுல் தொடக்கக் காலத்தில் இவரை ஏற்றிருந்தார். தம்முடைய கடைசிக்காலத்தில், 'கிறிஸ்து' என்னும் எல்லோருக்கும் பொதுவான ஒரு கடவுளை ஏற்றுக்கொண்டுவிட்டார். இவ்வாறு தந்தை எனப்பட்ட பைபிளின் கடவுளையும், 'உயிரோடு வாழ்ந்த' அவரது மகனாகிய இயேசுவையும் பவுல் மறுத்துவிட்டதால் எழுந்த ஆத்திரத்தில் அவர் 'பொய்யன்' என்றும் 'எதிர்க் கிறிஸ்து' என்றும் இயேசுவின் உண்மையான திருத்தூதர்கள் எழுதுகிறார்கள். மேலும்,

> ஏனெனில் ஏமாற்றுவோர் பலர் உலகில் தோன்றியுள்ளனர். இயேசு கிறிஸ்து மனிதராக வந்தவர் என்னும் உண்மையை இவர்கள் ஏற்றுக்கொள்வதில்லை. இவர்களே ஏமாற்றுவோர், எதிர்க் கிறிஸ்துகள் (2 யோவான். வசனம் 7).

என்றும் யோவான் எழுதுகிறார். மேலும்,

> சாத்தானின் கூட்டத்தைச் சேர்ந்தவர்கள், தாங்கள் யூதர்கள் எனக் கூறிக்கொள்கிறார்கள். அவர்கள் யூதர்களே அல்ல, பொய்யர்கள் (வெளிப்படுத்தின சுவிசேஷம் - திருவெளிப்பாடு 3:9)

என்றும் அவர் எழுதுகிறார்.

இயேசுவுக்குத் திருத்தூதர்கள் என்னும் அப்போஸ்தலர்கள் பன்னிரண்டு பேர் மட்டுமே இருந்தார்கள். அவர்களை இயேசுவே நேரில் தேர்வு செய்திருந்தார். அவர்களுள் யூதாஸ் மரணம் அடைந்துவிட்டதால் அவருடைய இடத்திற்கு வேறொருவரைத் தேர்வு செய்ய, ஏனைய திருத்தூதர்கள் விரும்பினர். எனவே இரண்டு பேர்களுடைய பெயரைச் சீட்டில் எழுதிப்போட்டுக் குலுக்கி எடுத்தனர். அப்போது மத்தியாஸ் (Matthias) என்பவருடைய பெயர் விழுந்தது. ஆக பன்னிரண்டு பேர் இப்போதும் தேர்வு செய்யப்பட்டிருந்தனர்.

பவுலை எவருமே திருத்தூதர் என்று தேர்வு செய்திருக்கவில்லை. இந்நிலையில் பவுல் தன்னைத்தானே அப்போஸ்தலன் என அறிவித்துப் பலருக்கும் கடிதம் எழுதத் தொடங்கியிருந்தார். ரோமர், கொரிந்தியர், கலாத்தியர், எபேசியர், கொலோசெயர், திமொத்தேயு மற்றும் தீத்து

ஆதியோருக்கு பவுல் எழுதியிருப்பதும் புதிய ஏற்பாட்டின் நூல்களாகவும் அமைந்துள்ள பவுலின் அனைத்துக் கடிதங்களின் முதல் அதிகாரத்தின் முதலிரண்டு வசனங்களைப் படித்தால், பவுல் தம்மை ஒரு திருத்தூதனாக முன்னிலைப்படுத்தியிருப்பதைக் காணலாம். புதிய ஏற்பாட்டின் கடைசி நூலாகிய 'திருவெளிப்பாடு' என்னும் வெளிப்படுத்தின சுவிசேஷம் (Revelation) என்னும் நூலை எழுதியவரான திருத்தூதர் யோவான் இதனைக் கண்டிக்கிறார். எபேசு (Ephesus) என்னும் இடத்தில் உள்ள ஒரு சபையினரின் (Church) சிறப்பியல்புகளைப் பற்றி எழுதும்போது,

> உன் செயல்களையும் கடின உழைப்பையும் மன உறுதியையும் நான் அறிவேன். தீயவர்களை உன்னால் சகித்துக்கொள்ள முடியாது என்பதுவும் திருத்தூதர்களாய் இல்லாதிருந்தும் தங்களை அவ்வாறு திருத்தூதர்கள் என அழைத்துக்கொள்கிறவர்களை நீ சோதித்துப் பார்த்து, அவர்கள் பொய்யர்கள் என்று கண்டறிந்தாய் என்பதுவும் எனக்குத் தெரியும் (வெளிப்படுத்தின சுவிசேஷம் - திருவெளிப்பாடு 2:2).

என்று யோவான் குறிப்பிடுகிறார். இதற்குப் பதிலாகத் தம் கருத்தை உடனே பவுல் பதிவு செய்கிறார். கொரிந்தியருக்கு அவர் எழுதிய முதல் கடிதத்தில்,

> நான் திருத்தூதன் (அப்போஸ்தலன்) என மற்றவர்கள் ஏற்றுக் கொள்ளாவிடினும் உங்களுக்கு நான் திருத்தூதன்தானே (1 கொரிந்தியர் 9:2).

என்று எழுதுகிறார்.

இத்தகைய கருத்து மோதல்கள் அனைத்தும் வாய்மொழிப் பிரசாரமாக நடந்துகொண்டிருந்தன. அக்காலகட்டத்தில் நடந்த கருத்து மோதல்கள்தாம் பிற்காலத்தில் புதிய ஏற்பாட்டு நூல்கள் எழுதப்பட்டபோது எழுத்து வடிவில் இடம் பெற்றன. இவ்வாறு எதிர்க் கிறிஸ்து (Anti-Christ) பற்றி இயேசுவின் 'உண்மையான' சீடர்கள் எழுதுகிறார்கள். அவர் இயேசுவை முதலில் மெசியாவாக ஏற்றுக்கொண்டவர் என்றும் பின்னர் அவர்களைவிட்டும் பிரிந்தவர் என்றும் அவர் ஒரு பொய்யன் என்றும் எழுதுகிறார்கள். பவுலின் பொய் பைபிளில் பிரசித்தமான ஒன்றாகும். எனவே 'பொய்யன்' என அடையாளம் காணப்பட்டவர் எவரோ, அவரே எதிர்க் கிறிஸ்து என்னும் Anti-Christ. பைபிளின் கடைசிக் காலத்தில் நடத்தப்படும் கடைசிப் போரில் கள்ளத் தீர்க்கதரிசி எனப்பட்ட அந்த நபர், சாத்தானுடன் கூடவே பிடிக்கப்பட்டதாகவும் கந்தகக் கடல் என்னும் நெருப்புக் கடலில் அவர்கள் உயிரோடு தூக்கி

எறியப்பட்டதாகவும், அதுதான் பைபிள் கூறும் நரகம் என்றும் பைபிள் சொல்கிறது (வெளிப்படுத்தின சுவிசேஷம் - திருவெளிப்பாடு 19:20)

இன்னொரு விஷயத்தை மீண்டும் நினைவில் கொள்ளுவது அவசியமாகும். பைபிளைப் பல்வேறு மொழிகளில் மொழிபெயர்த்தவர்கள், இயேசுவுடன் 'கிறிஸ்து' என்ற சொல்லையும் சேர்த்துத் தங்கள் மொழி பெயர்ப்புகளில் குறிப்பிட்டு விடுகின்றனர். எனவே திருத்தூதர்களாகிய அப்போஸ்தலர்களின் இயேசுவுக்கும் பவுலுடைய கிறிஸ்துவுக்கும் வேறுபாடு கண்டறிவதில் சிரமம் ஏற்பட்டுவிடக்கூடாது.

பாகம் 3

பைபிள் கருத்துகள்
– ஓர் அலசல்

பைபிளின் பல கருத்துகள் முற்போக்குத்தன்மை கொண்டதாகவும், உலக சமத்துவத்தைப் போதிக் கிறதாகவும், சிறந்த மெய்யியல் தத்துவங்களை உள்ளடக்கியதாகவும், உண்மையான மதம் அதுவே என்றும் இன்று பிரசாரம் செய்யப்படுகிறது. அதிலிருந்து சில கருத்துகளை மட்டும் எடுத்து ஆராய்வோம்.

பெண்ணடிமைத்தனம்

பெண்கள் எப்போதும் ஆண்களுக்கு அடிமை யாகவே இருக்கவேண்டும் என்றுதான் பைபிள் போதிக்கிறது. ஆயினும் கீழ்க்கண்ட பைபிள் வசனம், ஆண் - பெண் சமத்துவத்தை நிலை நாட்டுவதாக, இன்று பேசப்படுகிறது.

இனி உங்களிடையே யூதர் என்றும் கிரேக்கர் என்றும் அடிமைகள் என்றும் உரிமைக் குடிமக்கள் என்றும் இல்லை; ஆண் என்றும் பெண் என்றும் வேறுபாடு இல்லை; கிறிஸ்து இயேசுவோடு இணைந்துள்ள நீங்கள் யாவரும் ஒன்றாய் இருக்கிறீர்கள். (கலாத்தியர் 3 : 28 - பொது மொழிபெயர்ப்பு.)

என்ற வசனமே அது. சமயம் மற்றும் சமூகத்தில் 'ஆண்களுக்குப் பெண்கள் சமம்' என நிறுவும் நோக்கத்தில் இவ்வசனம் எழுதப்பட வில்லை. ஒருவரை மதம் மாற்றும் முயற்சியில் ஈடுபடும்போது, அவரை யூதர் அல்லது கிரேக்கர் என்றோ அடிமை அல்லது உரிமைக் குடிமக்கள் என்றோ ஆண் அல்லது பெண் என்றோ வேறுபாடு எதுவும் காட்டாமல் மதம் மாற்றிடவேண்டும் என்றும், அவ்வாறு மதம் மாற்றிய பின் அனைத்து நிலைகளிலும் வேறுபாடுகளையும் பாகுபாடுகளையும் பெண்களின்மீது காட்டிக்கொள்ளலாம் என்றும், போதிக்கிற வசனமே அது. ஏனெனில் அதே கடிதத்தின் அடுத்த அதிகாரத்தில், மேற்கண்ட வேறுபாடுகளைக் கட்டாயமாகக் கடைபிடிக்கவேண்டும் என்று பைபிள் போதிக்கிறது.

ஆபிரகாம் என்பவரின் உரிமை மனைவி சாராள் (Sarah). அவளது அடிமைப் பெண்ணாக இருந்த ஆகார் (Hagar) என்பவளையும் அவர் மனைவியாகக் கொண்டிருந்தார். ஆளுக்கொரு மகன் இருந்த நிலையில், கடவுள் ஆபிரகாமுக்குக் தோன்றி,

> அடிமைப் பெண்ணையும் அவள் மகனையும் துரத்திவிடும்;
> ஏனெனில் அடிமைப் பெண்ணின் மகன் உரிமைப் பெண்ணின்
> பங்காளியாக இருக்கக்கூடாது (கலாத்தியர் 4:30 - பொது
> மொழிபெயர்ப்பு).

என்று அறிவுரை கூறினார். எனவே கலாத்தியர் 3:28-ல் உள்ள வசனமானது, வேறுபாடு காட்டக்கூடாது என்று பேசவில்லை என்பதை பைபிள் தெளிவுபடுத்துவதை அறியலாம்.

மேற்கண்ட கடிதத்தை எழுதிய பவுல், அதன்பின் பத்து ஆண்டுகளுக்குப் பிறகு, அதாவது கி.பி. 65-ல், திமொத்தேயு என்பவருக்கு வேறொரு கடிதம் எழுதினார். அதில்,

> பெண்கள் பேசாமல் தாழ்மையோடு அறிவுரை கேட்கவேண்டும்.
> பெண்கள் கற்பிக்கவோ ஆண்கள்மேல் அதிகாரம் செலுத்தவோ நான்
> விடமாட்டேன். அவர்கள் பேசலாகாது. ஏனெனில் முதலில்
> உண்டாக்கப்பட்டது ஆதாம், பிறகுதான் ஏவாள். (1 திமொத்தேயு
> 2:11-14 - கத்தோலிக்க மொழிபெயர்ப்பு).

என்று தெளிவுபடுத்துகிறார். அதாவது, பெண்கள் ஆண்கள்மேல் அதிகாரம் செலுத்தக்கூடாது என்பதுவும், அவர்களுக்கு அடங்கியே நடக்க வேண்டும் என்பதுவும், கற்பிக்கும் பணியினை பெண்கள் செய்யக் கூடாது என்பதுவும், பைபிளில் ஒரு சட்டமாகவே வகுக்கப்பட்டுள்ளது.

இயேசுவினாலும்கூட இந்தப் பெண்ணடிமைத்தனத்தை மாற்றிட முடியவில்லை. ஆனால் அவருக்கு நெருக்கமாக இருந்து பணியாற்றியவர்கள் பெண்களே. இயேசு கொலை செய்யப்பட்டதும்

அனைத்து ஆண் சீடர்களும் இயேசுவைவிட்டு விலகி மீண்டும் தத்தமது தொழிலுக்குத் திரும்பிவிட்டனர் (யோவான் 21:2,3). ஆனால், அவர் சிலுவையில் அறையப்பட்டபோது சிலுவையின் அடிவரை சென்றவர்களும், அவர் கல்லறையில் வைக்கப்பட்டபோது கல்லறையின் அருகில் அமர்ந்திருந்தவர்களும் மூன்றாம் நாள் அதிகாலையில் கல்லறைக்குச் சென்று முதலில் பார்த்தவர்களும் பெண்களே (மத்தேயு 27:61). ஆயினும், அமைப்புரீதியாகப் பெண்களை இயேசு அங்கீகரிக்க வில்லை. ஒரு பெண்ணைக்கூடத் தம்முடைய பன்னிரண்டு அப்போஸ்தலர்களுள் ஒருவராக அவர் நியமிக்கவில்லை. மேலும் கடைசிக்கால நியாயத்தீர்ப்புக்குப்பின், பரலோக ராஜ்ஜியத்துக்கான நீதிபதிகள் நியமிக்கப்பட்ட போது, பெண்களுக்கென இட ஒதுக்கீடு எதையும் அவர் செய்யவில்லை (மத்தேயு 19:28).

அதனாலேயே இன்றைய கத்தோலிக்கத் திருச்சபையில் (church) பெண்கள் எவரும் குருக்களாகவோ, பிஷப்புகளாகவோ (Bishop) அல்லது போப்புகளாகவோ (Pope) நியமிக்கப்படுவதில்லை.

சாத்தானும் பரிசுத்த ஆவியும்

பைபிளைத் தங்கள் மத நூலாக ஏற்றுக்கொண்டவர்களைப் பொருத்த வரையில் கடவுளும் சாத்தானும் இரண்டு முக்கியமான ஆற்றல்கள்; ஆனால் ஒன்றுக்கொன்று எதிரானவை.

கி.மு. 586-க்கு முன் 'பரிசுத்த ஆவி' என்ற சொல் பழைய ஏற்பாட்டில் இல்லை. இது பற்றி பழைய ஏற்பாட்டில் உள்ள தகவல்களை முதலில் காண்போம்.

படைப்பின் தொடக்கத்தில் உலகம் உருவமற்றதாக இருந்தபோது, 'கடவுளின் ஆவி' அதன்மேல் அசைந்தாடிக் கொண்டிருந்தது (ஆதியாகமம் - தொடக்க நூல் 1:2 பொது மொழிபெயர்ப்பு).

புரோட்டஸ்டண்ட் மொழிபெயர்ப்பு 'தேவ ஆவியானவர்'என்று குறிப்பிடுகிறது. Catholic Edition, 'Wind of God' என்றும், Good News Bible, 'Power of God' என்றும் King James Version, 'the Spirit of God' என்றும் குறிப்பிடுகின்றன. ஆனால் புதிய ஏற்பாட்டில் பயன்படுத்தப் பட்டுள்ள 'the Holy Spirit' என்ற சொல் எங்கும் பயன்படுத்தப்பட வில்லை. பழைய ஏற்பாட்டில் 'வான தூதர்கள்' (Angels) என்றும் 'கடவுளின் தூதர்கள்' (the Angel of Lord) என்றும் அழைக்கப் பட்டவர்கள் இருந்தார்கள். இதில் இன்னொரு குறிப்பிடத்தக்க விஷயம், ஒவ்வொரு மனிதனுக்கும் சொந்தமாகத் தனித்தனி வானதூதர்கள் இருந்திருக்கிறார்கள் (மத்தேயு 18:10 மற்றும் அப்போஸ்தலர் நடபடிகள் - திருத்தூதர் பணிகள் 12:12-15).

ஆக, பழைய ஏற்பாட்டில் பரிசுத்த ஆவி (தூய ஆவி - the Holy Spirit) பற்றிய குறிப்புகள் இல்லை.

சாத்தான் பற்றிய தகவல்கள் பழைய ஏற்பாட்டில் இருக்கிறதா என்று பார்ப்போம்.

படைப்பின் தொடக்கத்திலேயே ஏவாள் மூலமாக ஆதாம் ஏமாற்றப் பட்டதாக ஒரு தகவல் உள்ளது (ஆதியாகமம் - தொடக்க நூல் 3:1-7). இங்கு அவர்களை ஏமாற்றியது ஒரு பாம்புதானே தவிர, சாத்தான் அல்ல. இன்னும் சரியாகச் சொல்லுவதாயின், அவர்களை ஏமாற்றியது அவர்களுடைய கடவுள்தானே தவிர, பாம்பல்ல. ஏனென்றால், 'நடுமரத்தின் கனியை உண்டால் அவர்கள் செத்துப்போவார்கள்' என்று பொய்கூறி, அவர்களை ஏமாற்றியது அவர்களுடைய கடவுள் (ஆதியாகமம் - தொடக்க நூல் 2:15-17).

இந்நிலையில், அங்கு வந்த பாம்பினை, உலகிலேயே உண்மையை நிலைநாட்ட உழைத்த முதல் நபர் என்பது போலவும்; முதல் சமூக சேவகன் என்பது போலவும் பைபிள் அறிமுகப்படுத்துகிறது. ஏனென்றால், அம்மரத்தின் கனியைச் சாப்பிட்டதன் காரணமாக, எவரும் செத்துப்போகவில்லை; மாறாக அவர்களுக்குப் பகுத்தறிவு வந்து உலகினைப் புரிந்துகொள்ளும் ஞானம் ஏற்பட்டது. (ஆதியாகமம் - தொடக்க நூல் 3:7). இவ்வாறு உண்மையைக் கூறி ஆதாம் - ஏவாளுக்கு உதவி செய்ததன் மூலம், மனித குலத்துக்குப் பாம்பு நன்மை செய்திருக்கிறது. ஆனால் மனிதர்கள் முட்டாள்களாகவே இருக்க வேண்டும் என்றும் எதையும் சிந்தித்துப் பார்த்து முடிவெடுக்கும் திறமை அவர்களுக்கு வந்துவிடக்கூடாது என்றும் கடவுள் விரும்பியதாக வும், அதன் காரணமாகவே அவர் பொய்கூறி அவர்களை ஏமாற்றியது போலவும் கடவுளை பைபிள் அறிமுகப்படுத்தியுள்ளது.

இந்தப் பாம்பு, சாத்தான் என அறியப்படவில்லை என்பதுவும், கி.மு. 586-க்குப் பிந்தைய நூலாசிரியர்கள்தான் சாத்தானை நமக்கு அறிமுகப் படுத்தியவர்கள் என்பதுவும் கவனிக்கப்படவேண்டிய விஷயங் களாகும். சாத்தான் பற்றிய கொள்கை பாரசீக ஜொராஸ்ட்ரிய மதத்திலிருந்து பெறப்பட்டதாகும்.

புதிய ஏற்பாட்டின் வெளிப்படுத்தின சுவிசேஷம் (திருவெளிப்பாடு) என்னும் நூலில்தான், அந்தப் பாம்பு, சாத்தான் என அறிமுகப்படுத்தப் படுகிறது.

பழைய ஏற்பாட்டில் மூன்று இடங்களில் நாம் சாத்தானைச் சந்திக்கலாம்.

- யோபு (Job) என்பவரைச் சோதிக்கும் பொறுப்பு சாத்தானிடம் ஒப்படைக்கப்பட்டது. (யோபு 1:12).

சாத்தானுக்கும் கடவுளுக்கும் இடையே சண்டை எதுவும் இருந்ததாக பைபிள் அறிவிக்கவில்லை. மேலும் சொர்க்கத்தில் உள்ள கடவுளின் சபா மண்டபத்தில் சாத்தானுக்கு மரியாதை இருந்துள்ளது. பின்னாளில், இதேபோல இயேசுவையும் சோதிக்கும் பொறுப்பு சாத்தானிடம் ஒப்படைக்கப்பட்டது (மத்தேயு 4:1). அவ்விதம் இயேசுவை சோதிக்கும்விதமாக சாத்தானிடம் எடுத்துச்சென்றவர் பரிசுத்த ஆவி. இது முப்பதாவது வயதில் இயேசு ஞானஸ்நானம் பெற்றபின்னர் ஆகும் (மாற்கு 1:12,13).

- தாவீது மன்னன் தன் நாட்டில் இருந்த போரிடத் தகுந்தவர்களின் எண்ணிக்கையைக் கணக்கெடுக்க முயன்றார். அது சாத்தானின் தூண்டுதலால் நடந்ததாக பைபிள் பேசுகிறது (1 நாளாகமம் - குறிப்பேடு 21:1).

- சகரியா என்ற தீர்க்கதரிசி காலத்தில் தலைமை குருவாக இருந்த யோசுவா என்பவர் பற்றிய குற்றச்சாட்டுகளைக் கடவுளிடம் அறிவிப்பதற்காக சாத்தான் சொர்க்கம் சென்றுள்ளான் (சகரியா 3:1,2) என்ற தகவல் வருகிறது.

இவ்வாறு, பழைய ஏற்பாட்டில் சாத்தானுக்கும் கடவுளுக்கும் பகைமை இருந்ததாக எந்தத் தகவலும் இடம் பெறவில்லை; மாறாக, அவர்களை இருவரும் நண்பர்களாகவே இருந்துள்ளனர்.

கடவுள் நடத்தும் அரசாங்கத்துக்குரிய படைவீரர்களாக வானதூதர்கள் (Commander of the army of the Lord) இருந்ததை அறிகிறோம் (யோசுவா 5:14).

பைபிள் கூறும் தகவல்கள் அடிப்படையில் பார்க்கும்போது, ஒருவருடைய 'விருப்பு - வெறுப்பு'எனப்படும் ராக - துவேஷமே (likes and dislikes) 'பரிசுத்த ஆவி' என்றும் 'சாத்தான்' என்றும் வழங்கப்படுகிறது. புதிய ஏற்பாட்டில் மத்தேயு எழுதின நற்செய்தி 16-வது அதிகாரத்தில் இது தெளிவுபடுத்தப்பட்டுள்ளது.

ஒரு சமயம், தாம் துன்பப்பட்டு மரணமடைய வேண்டியிருக்கிறது என்பதை இயேசு தம் சீடர்களிடம் அறிவித்தார். உடனே பேதுரு அவரைத் தனியே அழைத்துக் கடிந்துகொண்டு, 'ஆண்டவரே, இது வேண்டாம். இப்படி உமக்கு நடக்கவே கூடாது' என்றார். ஆனால் இயேசு பேதுருவைத் திரும்பிப் பார்த்து, 'என் கண்முன் நில்லாதே சாத்தானே; நீ எனக்குத் தடையாய் இருக்கிறாய்; ஏனெனில் நீ கடவுளுக்கு ஏற்றவை பற்றி எண்ணாமல் மனிதருக்கு ஏற்றவை பற்றியே எண்ணுகிறாய்'' (மத்தேயு 16:22,23 - பொது மொழிபெயர்ப்பு) என்று கூறியதாக பைபிள் தெரிவிக்கிறது. ஏனெனில், தமக்கு விரோத

மாக பேதுரு பேசியது அவருக்குப் பிடிக்கவில்லை. ஆனால், அதற்குச் சற்று முன்னர்தான் பேதுருவை அவர் வானளாவப் புகழ்ந்திருந்தார்.

தாம் யாரென்பதை சீடர்கள் சரியாகப் புரிந்திருக்கிறார்களா என்பதை அறிய விரும்பிய இயேசு, அதனைப்பற்றித் தம் சீடர்களிடம் விசாரித்தார். சீமோன் பேதுரு மறுமொழியாக, 'நீர் மெசியா, வாழும் கடவுளின் மகன்''என்றுரைத்தார். அதற்கு இயேசு,

'யோனாவின் மகனான சீமோனே, நீ பேறு பெற்றவன். ஏனெனில் எந்த மனிதரும் இதை உனக்கு வெளிப்படுத்தவில்லை; மாறாக விண்ணகத்திலுள்ள என் தந்தையே வெளிப்படுத்தியுள்ளார். எனவே நான் உனக்குக் கூறுகிறேன்: உன் பெயர் பேதுரு, இந்தப் பாறையின்மேல் என் திருச்சபையை கட்டுவேன். பாதாளத்தின் வாயில்கள் அதன்மேல் வெற்றி கொள்ளா. விண்ணரசின் (பரலோக ராஜ்ஜியம்) திறவுகோல்களை நான் உன்னிடம் தருவேன். மண்ணுலகில் நீ தடை செய்வது விண்ணுலகிலும் தடை செய்யப் படும். மண்ணுலகில் நீ அனுமதிப்பது விண்ணுலகிலும் அனுமதிக்கப்படும்' (மத்தேயு 16:16-19 - பொது மொழிபெயர்ப்பு).

என்று பாராட்டினார்.

மேற்கண்ட இரண்டு சம்பவங்களுள் முதல் சம்பவம் இயேசுவின் கருத்துக்கு எதிரானது; எனவே அவரை சாத்தான் எனக்கூறித் துரத்தியவர், இரண்டாவது சம்பவத்தின்போது, மனம் குளிர்ந்துபோய் அவரைப் பாராட்டுகிறார். பரலோக ராஜ்ஜியத்தின் திறவுகோல்களைக் கூட, சாத்தான் எனப்பட்ட பேதுருவிடம் ஒப்படைத்தார் இயேசு.

கிருபையும் செயல்களின்படி அமைகின்ற வினைப்பயனும்

பைபிளில் கிருபை எனப்படும் இரக்கம் (Mercy) என்ற சொல் மிகவும் முக்கியமான ஒன்றாகும். கடவுளின் இரக்கத்தினாலே எல்லாம் ஆகும் என்று பைபிள் பேசுகிறது. பழைய ஏற்பாட்டின் ஆபிரகாமுடன் கடவுள் ஒரு உடன்படிக்கை செய்துகொண்டார்.

தலைமுறை தலைமுறையாக உன்னுடனும், உனக்குப்பின் வரும் உன் வழிமரபினருடனும் என்றுமுள்ள உடன்படிக்கையை நிலைநாட்டுவேன். இதனால் உனக்கும் உனக்குப்பின் வரும் உன் வழிமரபினர்க்கும் நான் கடவுளாக இருப்பேன் (ஆதியாகமம் - தொடக்க நூல் 17:7 பொது மொழிபெயர்ப்பு).

என்பதுவே அது. அதாவது ஆபிரகாமின் சந்ததியினருடன் அவர் செய்து கொண்ட உடன்படிக்கையின்படி, எல்லாக் காலத்திலும் அவருடைய சந்ததியினர்க்கு மட்டுமே அவர் கடவுளாக இருப்பார்; அவர்கள்

மட்டுமே விருத்தசேதனம் உடையவர்களாக இருந்ததால் புறஜாதியர் எனப்படும் வேறு ஜாதியினர்க்கு கடவுளாக இருக்கும்படி அவர் உடன்படிக்கை எதுவும் செய்துகொள்ளவில்லை.

பிற்காலத்தில், புதிய ஏற்பாட்டு பவுலுக்கு ஒரு புதிய எண்ணம் தோன்றியது. இயேசுவை இஸ்ரேலியர்களின் கடவுளுடைய மகன் எனப் பேசியதால், அவரைப் புறஜாதியாரிடம் எடுத்துச்செல்ல முடியாத நிலையில், எப்படியேனும் புறஜாதியாருக்கும் அவரைக் கடவுளாக்கிவிட பவுல் முடிவு செய்தார்.

ஆனால் பழைய ஏற்பாட்டில் அதற்கான உடன்படிக்கை எதுவும் செய்யப்படவில்லை என்பதால், பவுலுக்கு கிடைத்த ஒரு புதிய வழிமுறைதான் 'கிருபை' என்னும் பேரிரக்கம். இதனைப்பற்றி பவுல் கூறும்போது,

> மேலும், பிதாக்களுக்குப் பண்ணப்பட்ட வாக்குத்தத்தங்களை (உடன்படிக்கை) உறுதியாக்கும்படிக்கு, தேவனுடைய சத்தியத்தினிமித்தம் இயேசு கிறிஸ்து விருத்தசேதனமுள்ளவர்களுக்கு ஊழியக்காரனாரென்றும்; புறஜாதியாரும் இரக்கம் பெற்றதினிமித்தம் தேவனை மகிமைப்படுத்துகிறார்களென்றும் சொல்லுகிறேன். (ரோமர் 15:8,9 - புரோட்டஸ்டண்ட் மொழிபெயர்ப்பு).

என்று அறிவிக்கிறார்.

புறஜாதியாரை பழிவாங்கவேண்டும் என்னும் கொள்கையுடையவர் அக்கடவுள் (எரோமியா 51:24 மற்றும் செப்பானியா 3:19). இந்நிலையில், புறஜாதியினரை எப்படியாவது அவருடைய பக்தர்கள் ஆக்கிவிடவேண்டும் என்னும் நோக்கத்தில் புனையப்பட்டதே இந்த 'இரக்கம்' என்னும் 'கிருபை' கொள்கை. அக்கொள்கையினால் ஏற்படும் பாதகமான விளைவுகளைப்பற்றிச் சிந்திக்காமல்,

> ஆகவே, மனிதர் விரும்புவதாலோ உழைப்பதாலோ எதுவும் ஆவதில்லை; கடவுள் இரக்கம் காட்டுவதாலேயே எல்லாம் ஆகிறது (ரோமர் 9:16 - பொது மொழிபெயர்ப்பு).

என்று பவுல் கூறினார். மேற்கண்ட வசனத்தின் மூலம் ஒவ்வொரு மனிதனுடைய முன்னேற்றத்துக்கான ஆர்வமும் உழைப்பும் ரத்து செய்யப்படுகின்றன. இது மட்டுமின்றி,

> நம் மீட்பராம் கடவுளின் நன்மையும் மனிதநேயமும் வெளிப்பட்ட போது, நாம் செய்த அறச்செயல்களை முன்னிட்டு அல்ல, மாறாகத் தம் இரக்கத்தை முன்னிட்டு, புதுப் பிறப்பு அளிக்கும் நீரினாலும்

புதுப்பிக்கும் தூய ஆவியாலும் (பரிசுத்த ஆவி) கடவுள் நம்மை மீட்டார் (தீத்து 3:4,5 - பொது மொழிபெயர்ப்பு).

என்கிறார் பவுல். எனவே கடவுளின் இரக்கம் அல்லது கிருபை என்ற சொல், எல்லோரையும் மதம் மாற்றுவதற்குத் தேவைப்பட்ட சொல்லே தவிர, வேறில்லை. ஏனெனில் அதே பவுல் வேறோரிடத்தில், 'ஒவ்வொரு வருக்கும் அவரவர் செயல்களுக்கு ஏற்பக் கடவுள் கைம்மாறு செய்வார்' (ரோமர் 2:6) என்றுகூறி, உண்மையை ஒப்புக்கொள்ளுகிறார்.

மேலும் இயேசுவை ஒருவர் விசுவாசித்துவிட்டால் மட்டுமே போதுமானது என்றும்; விசுவாசிக்கும் ஒவ்வொருவருக்கும் கடைசி காலத்தில் பரலோக ராஜ்ஜிய வாழ்வு கிடைக்கும் என்றும்; விசுவாசித்த அனைவருக்கும் அவருடைய கிருபை வெளிப்பட்டு, இதுவரை அவர்கள் செய்த அனைத்துப் பாவங்களும் நீங்கிவிடும் என்றும் இன்று பேசப்படுகிறது. ஆனால் கிருபை செயல்படும் விஷயத்தில், மேற்கண்ட தம்முடைய நிலையிலிருந்து பவுல் மாறுபடுவதாக, பைபிள் தெளிவாக அறிவிக்கிறது. இதுபற்றி,

ஏனெனில் நாம் அனைவருமே கிறிஸ்துவின் நடுவர் இருக்கை முன்பாக நின்றாக வேண்டும். அப்போது உடலோடு வாழ்ந்த போது நாம் செய்த நன்மை தீமைக்குக் கைம்மாறு பெற்றுக் கொள்ளுமாறு ஒவ்வொருவரின் செயல்களும் வெளிப்படும் (2 கொரிந்தியர் 5:10 - பொது மொழிபெயர்ப்பு).

என்கிறது பைபிள்.

இவ்வாறு, கிருபை என்கிற கடவுளின் இரக்கமானது, நம்மை மதம்மாற்றிட மட்டுமே பயன்படுகிறது என்றும் மேலான வாழ்வு என்று பேசப்படும் பரலோக வாழ்வுக்கு அது பயன்படாது என்றும் அவரவருடைய செயல்களின்படியான வினைப்பயன் மட்டுமே அதற்குப் பயன்படும் என்றும் பைபிள் அறிவிக்கிறது.

இயேசுவின் இரத்தமும் பாவ மன்னிப்பும்

பைபிளில் இரண்டுவித பாவங்கள் பற்றிப் பேசப்படுகின்றன. ஒன்று, ஆதாம் - ஏவாள் வழியாக வந்த பரம்பரைப் பாவம். இன்னொன்று, ஒவ்வொரு மனிதனும் தாமே செய்துகொண்ட செயல்களின் அடிப்படையில் அவனுக்கு வந்த பாவம்.

பைபிளின் கடவுளால் படைக்கப்பட்ட ஆதாம் - ஏவாள் தம்பதியினருக்கு காயீன், ஆபேல் என இரு ஆண்கள் மட்டும் பிள்ளைகளாக இருந்த நிலையில், ஒரு சம்பவம் நடந்தது. ஆபேலைக் கொன்ற குற்றத்திற்காக காயீன் நாடு கடத்தப்பட்டான். காயீன், நோது என்ற நாட்டுக்குச் சென்று

அங்கே ஒரு பெண்ணை மணந்துகொண்டான். அவர்களுக்கு ஏனோக்கு என்ற பிள்ளை பிறந்தது. அப்படியானால், ஆதாம், ஏவாள் தவிர்த்து, பூமியில் பிற நாடுகள் இருந்தன, அங்கு எண்ணற்ற மக்களும் இருந்துள்ளனர். இவர்கள் யாரும் பைபிளின் கடவுளால் படைக்கப்பட்டிருக்க முடியாது. இவர்கள் யாரும் ஆதாம் - ஏவாள் சந்ததியினராகவும் இருந்திருக்க முடியாது.

காயீன் துரத்தப்பட்ட பின்னர், தனித்திருந்த ஆதாம் - ஏவாளுக்கு சேத் மற்றும் சில பிள்ளைகள் பிறந்தனர். இவர்களுடைய சந்ததியின் இருபதாவது தலைமுறையில் இஸ்ரவேல் தோன்றினார். இஸ்ரவேலின் சந்ததியர்களே இஸ்ரேலியர்களாக, யூதர்களாக, 12 ஜாதியினராக ஆனார்கள். யூதரல்லாத பிறர், அதாவது புறஜாதியினர், ஆதாம் - ஏவாள் சந்ததியினர் கிடையாது.

யெகோவா எனப்படும் பைபிளின் கடவுளுக்கு எருசலேம் என்னுமிடத்தில் ஓர் ஆலயம் இருந்தது. தினமும் ஆடு மாடு முதலான வற்றைப் பலியிட்டு, அவற்றின் இரத்தத்தைப் பீடத்தின்மீது தெளிக்க வேண்டும். அது தவிர, பாவப் பரிகாரப்பலி (sin offering), குற்ற நிவர்த்திப் பலி (Repayment offering) போன்ற பலிகளும் செய்யப்பட வேண்டும். இவை மனிதர்கள் செய்த பாவங்களைப் போக்குவதற்குரிய பலிகளாகும். இவ்வாறு, மனிதர்களின் பாவங்களை நீக்குவதற்கு இரத்தம் சிந்திப் பலியிடவேண்டும் என்பது பைபிள் கூறுகிற யூதர்களின் சட்டமாகும்.

இயேசு யாருக்கு இரட்சகர் என்னும் கேள்விக்கு பைபிள் பதில் தருகிறது. முதலில் தாவீது மன்னன் பற்றிப் பேசிவிட்டு அதன்பின்

> அவனுடைய சந்ததியிலே தேவன் தம்முடைய வாக்குத்தத்தத்தின் படியே இஸ்ரவேலுக்கு இரட்சகராக இயேசுவை எழும்பப் பண்ணினார் (அப்போஸ்தலர் நடபடிகள் - திருத்தூதர் பணிகள் 13:23)

என்று பேசுகிறது.

இந்நிலையில் இயேசு சிலுவையில் மரணமடைந்தார். உடனே அதனையும் ஒரு பலியாக இயேசுவின் சீடர்கள் கூறிக்கொண்டனர். இதுபற்றி அவரது சீடர் யோவான் எழுதும்போது,

> அவர் ஒளியில் இருக்கிறதுபோல நாமும் ஒளியிலே நடந்தால் ஒருவரோடு ஒருவர் ஐக்கியப்பட்டிருப்போம்; அவருடைய குமாரனாகிய இயேசு கிறிஸ்துவின் இரத்தம் சகல பாவங்களையும் நீக்கி நம்மைச் சுத்திகரிக்கும் (யோவான் எழுதின முதலாம் நிருபம் 1:7 புரோட்டஸ்டண்ட் மொழிபெயர்ப்பு)

என்று கூறுகிறார்.

எனவே, இயேசுவை விசுவாசிக்கும் எவர்க்கும் பாவம் எதுவும் சேராது என்றும்; ஆகவே எத்தகைய பாவமும் செய்ய அவர்களுக்கு உரிமை உண்டு என்பது போலவும்; விசுவாசித்த ஒரே காரணத்தால் அவர்கள் அனைவரும் பரலோக ராஜ்ஜியம் போவது உறுதி என்றும்; இன்று விளக்கம் கொடுக்கப்படுகிறது. ஆனால் பைபிள் அவ்வாறு கூறவில்லை. பாவங்களுக்குரிய தீர்வுகள் பற்றி தன் பிள்ளைகளாகிய இஸ்ரேலியர் களிடம் பைபிள் பேசும்போது,

நீங்கள் 'தந்தையே' என அழைத்து மன்றாடுபவர், ஆளைப் பார்த்தல்ல, அவரவர் செயல்களின்படியே தீர்ப்பு வழங்குகிறார். ஆகையால் இவ்வுலகில் நீங்கள் அன்னியராய் வாழும் காலமெல்லாம் அவருக்கு அஞ்சி வாழுங்கள். உங்கள் மூதாதை யரிடமிருந்து வழிவழியாய் வந்த வீணான நடத்தையினின்று உங்களை விடுவிக்கக் கொடுக்கப்பட்ட விலை என்னவென்று உங்களுக்குத் தெரியும். அது பொன்னும் வெள்ளியும் போன்ற அழிவுக்கு உட்பட்டது அல்ல; மாறாக, மாசு மறுவற்ற ஆட்டுக் குட்டியைப் போன்ற இயேசு கிறிஸ்துவின் உயர் மதிப்புள்ள இரத்தமாகும். (பேதுரு எழுதின முதல் நிருபம் 1:17,18,19)

என்று குறிப்பிடுகிறது. மேற்கண்ட வசனங்களில், நாம் ஏற்கெனவே பார்த்திருக்கிற இரண்டுவித பாவங்களையும் தீர்க்கும் வகையில், இரண்டு வேறு வேறு வழிமுறைகள் அறிவிக்கப்படுகின்றன.

ஒன்று: நியாயத் தீர்ப்புக்கு உட்படுகிற பாவம்; இயேசுவின் இரத்தத்தினால் இவ்வகைப் பாவத்தை நீக்கிவிட முடியாது. ஏனெனில் இது பைபிள் கூறுகிற கடைசிக்கால நியாயத் தீர்ப்புக்குரியது. மேலும், 'அவர் ஆளைப்பார்த்தல்ல; அவரவர் செயல்களைப் பார்த்துத்தான் நியாயத்தீர்ப்பு வழங்குவார்' என்றும் அறிவிக்கப்பட்டுள்ளது. எனவே, ஒருவர் ஞானஸ்நானம் பெற்றுக் கொண்டவரா என்றோ, தம்மை விசுவாசித்தவரா என்றோ, நியாயத் தீர்ப்பின்போது கடவுள் பார்ப்பதில்லை; அவரவர் செயல்களை மட்டுமே அப்போது பார்க்கிறார்.

இன்னொன்று: இஸ்ரேலியர்களாகிய யூதர்களின் முன்னோர்களால் செய்யப்பட்டு, வழிவழியாக அவர்களுடைய சந்ததியினரைத் தொடர்ந்து வருகின்ற பாவம். இத்தகைய பாவமானது ஒருவர் செய்த செயல்களினால் வருபவையல்ல. ஆதாம் - ஏவாளிலிருந்து இத்தகைய பாவம் தொடங்கி, நாளதுவரை தொடர்ந்து வருகின்றது. இத்தகைய பாவம் புறஜாதியராகிய நமக்குக் கிடையாது.

ஏனெனில் நாம் அவர்களுடைய சந்ததியினர் அல்ல. இவ்வகையான பாவத்தை மட்டுமே இயேசுவின் இரத்தத்தினால் நீக்க முடியும் என

பைபிள் அறிவிக்கிறது. அதாவது, ஆதாம் - ஏவாள் சந்ததியினராகிய இஸ்ரேலியர்களுக்கு (யூதர்கள்) மட்டுமே உரிய பாவம். எனவே, இயேசுவின் இரத்தத்தினால் புறஜாதியினராகிய நமக்குப் பலன் எதுவுமில்லை.

இஸ்ரேலியர்களுடைய முன்னோர்கள் செய்த ஆதிப் பாவம்கூட (Original sin) அவர்களுடைய சந்ததியினரைத் தொடர்ந்து வராது; அவரவர் செய்த பாவம் அவரவருக்கே உரியது என்றுகூறி பாவம் சம்பந்தப்பட்ட பழைய கொள்கைகளை கி.மு. 556-ல், அதாவது இயேசு பிறப்பதற்கு 556 ஆண்டுகளுக்கு முன்னர், எசேக்கியேல் தீர்க்கதரிசி ரத்து செய்துவிட்டார் (எசேக்கியேல் 18:2,3,4,18,20).

பரலோக ராஜ்ஜியமும் புறஜாதியாரும்

கி.மு. 586-ல் யூதேயா நாடு பாபிலோன் மன்னனாகிய நெபுகாத் நெசாருக்கு அடிமையாகிப் போனது. அதனால் அவர்களுடைய கடவுளால் எருசலேமில் குடியிருக்க முடியாமல் போயிற்று (எசேக்கியேல் 10:4,18,19).

எனவே புறஜாதியாரிடமிருந்து யூதர்களுடைய நாட்டினை விடுவித்து, யூதர்களுக்குச் சுதந்திரம் வழங்கிடவேண்டிய ஒரு தேவை இருந்தது. தங்கள் கடவுள், அவருடைய மகனாகிய மெசியா என்பவர்மூலமாக அதனை நிறைவேற்றி வைப்பார் என்று, தீர்க்கதரிசிகளாக அறியப்படு கிறவர்கள் தங்கள் நூற்களில் எழுதிவைத்திருப்பதாகப் பழைய ஏற்பாடு தகவல் தருகிறது. பழைய ஏற்பாட்டில், அது சுதந்திர நாடு என்றும் இவ்வுலகிலேயே அமையவேண்டியது என்றும் அறிவிக்கப்பட்டுள்ளது.

நெபுகத்நெசருக்குப்பின் கி.மு. 538-ல் பாரசீகர்களுக்கும், கி.மு. 332-ல் கிரேக்கர்களுக்கும், கி.மு. 142-ல் ஹாஸ்மோனியர்களுக்கும், கி.மு. 63-ல் ரோமானியர்களுக்கும் என மாறிமாறி யூதர்களின் நாடு புறஜாதியார்க்கு அடிமையாயிற்று. புதிய ஏற்பாட்டுக் காலத்தில் அதனை ஆட்சி செய்துவந்த ரோமானியர்கள் மிகவும் வலிமையாக இருந்ததால், யூதர்களை ஒன்று திரட்டிடவோ அல்லது அவர்களை ரோமானியர்களுக்கு எதிராகப் புரட்சி செய்யும்படி வைக்கவோ இயேசுவினால் முடியாமல் போயிற்று.

எனவே இந்தப் பூமியில் தங்களுக்கென ஒரு சொந்த நாட்டினை உருவாக்கிக்கொள்ள முடியாத நிலையில், பரலோகத்தில் தற்போது அது உருவாக்கி வைக்கப்பட்டிருப்பதாகவும், மெசியாவின் இரண்டாம் வருகையின்போது பழைய வானம் பழைய பூமி எல்லாம் அழிந்து, புதிய வானமும் புதிய பூமியும் தோன்றும் என்றும்; அதன்பின், பரலோகத்தில் செய்யப்பட்ட அந்தப் புதிய ராஜ்ஜியம் (பரலோக ராஜ்ஜியம்) கீழிறங்கி வரும் என்றும், அதனுடைய பெயர் புதிய எருசலேம் நகர் என்று

அழைக்கப்படும் என்றும் பைபிள் அறிவிக்கிறது. (வெளிப்படுத்தின சுவிசேஷம் - திருவெளிப்பாடு 21:1,10).

பழைய ஏற்பாட்டு தானியேல் என்பவர் அவர்களுடைய சுதந்திர நாட்டினைப்பற்றிக் கூறும்போது,

அந்த அரசர்களின் காலத்தில் விண்ணுலகக் கடவுள் ஓர் அரசை நிறுவுவார்; அது என்றுமே அழியாது; அதன் ஆட்சியுரிமை வேறு எந்த மக்களினத்திற்கும் தரப்படாது (வெளிப்படுத்தின சுவிசேஷம் - திருவெளிப்பாடு 2:44)

என்று அறிவிக்கிறார். அந்த வசனத்துக்குரிய விளக்க நூலாகவே புதிய ஏற்பாட்டில் 'யோவானுக்கு வெளிப்படுத்தின சுவிசேஷம்' அல்லது 'யோவானுக்கு அருளப் பெற்ற திருவெளிப்பாடு' என்ற நூல் எழுதப் பட்டுள்ளது. 'அந்த நாள்' என்று குறிப்பிடப்படும் கடைசிக்காலத்தில் நடக்கப்போகும் நிகழ்வுகள் பற்றி, இயேசுவின் சீடர்களுள் ஒருவரான யோவானுக்கு ஒரு தரிசனம் மூலமாகக் கடவுள் முன்னறிவித்ததாக இதில் எழுதப்பட்டுள்ளது. அந்நூலில் கூறப்பட்டுள்ள விவரங்களைக் காண்போம்.

யோவான் ஒரு தரிசனத்தின்மூலமாகக் கடவுளுடைய சபாமண்டபத்தை நேரில் கண்டார். அங்கு இருந்த ஓர் அரியணையில் கடவுள் வீற்றிருந்தார். அவரைச் சுற்றிப் போடப்பட்டிருந்த வேறு இருபத்து நான்கு அரியணைகளில் இருபத்து நான்கு மூப்பர்கள் அமர்ந்திருந்தார்கள். இவர்களைத் தவிர 'நான்கு உயிர்களும்' அரியணையைச் சுற்றிக் காணப்பட்டார்கள் (வெளிப்படுத்தின சுவிசேஷம் - திருவெளிப்பாடு 4:4-6).

பரலோக ராஜ்ஜியத்துக்குப் போவதற்குத் தகுதியுடையவர்கள் பற்றிய விவரங்கள் அடங்கிய புத்தகம் ஒன்று கடவுளிடம் இருந்தது. அதனைத் திறந்து வாசித்துப் பார்த்தபோது, 1,44,000 பேர்களின் பெயர்கள் மட்டுமே அதில் எழுதப்பட்டிருந்தன. அவர்கள் அனைவரும் இஸ்ரேலியர்களின் 12 ஜாதிகளைச் சேர்ந்தவர்கள். ஒவ்வொரு ஜாதிக்கும் 12,000 பேர்கள் வீதம், அவர்கள் தேர்வு செய்யப் பட்டிருந்தார்கள். புறஜாதியார் எவரும் தேர்வு செய்யப்பட்டிருக்க வில்லை (வெளிப்படுத்தின சுவிசேஷம் - திருவெளிப்பாடு 7:4-8). தேர்வு செய்யப்பட்டவர்களின் நெற்றியில் அதற்குரிய முத்திரைகள் அடையாளமாக இடப்பட்டிருந்தன.

அவர்களுக்குப் பின்னால் திரளான மக்கள் கூட்டமொன்று நின்று கொண்டிருந்தது. அவர்கள் அனைவரும், கி.மு. 586-ல் நெபுகத் நெசருடைய படையெடுப்புக்கு அஞ்சி பல நாடுகளுக்கும

தப்பியோடியவர்கள். அவர்கள் அந்தந்த நாட்டின் குடியுரிமையைப் பெற்று அந்தந்த நாட்டின் மொழியைப் பேசி வாழ்ந்தவர்கள். ஆனால் யூதர்களுக்குச் சொந்தமான தங்கள் அடையாளங்கள் எதனையும் இழந்து விடாமல் அவர்கள் வாழ்ந்து வந்தார்கள். அவர்கள் அனைவரும் இஸ்ரேலியர்கள் என்பதை அவர்கள் அணிந்திருந்த வெள்ளை அங்கி பறைசாற்றிக் கொண்டிருந்தது. அது யூதர்களுடைய ஆடைக் கலாசார மாகும் (வெளிப்படுத்தின சுவிசேஷம் - திருவெளிப்பாடு 7:9 பொது மொழிபெயர்ப்பில் 'தொங்கலாடை' என்று குறிப்பிட்டுள்ளார்கள்).

ஒரு லட்சத்து நாற்பத்தி நாலாயிரம் பேர்களைத் தவிர பின்னால் நின்று கொண்டிருந்த மற்றவர்கள் எவருக்கும் நெற்றியில் முத்திரை இடப்பட வில்லை என்பதைக் கவனத்தில் கொள்ளவேண்டும். ஏனெனில் நெற்றிகளில் முத்திரையிடப்பட்டிருந்த 144,000 பேர்கள் மட்டுமே நகரின் உள்ளே வசிக்கத் தகுதியானவர்கள் (வெளிப்படுத்தின சுவிசேஷம் - திருவெளிப்பாடு 22:4).

பரலோக ராஜ்ஜியம் போகிறவர்கள் வெறும் 1,44,000 பேர்கள் மட்டுமே என்கிற தகவல், அதன் பின்னரும் உறுதிப்படுத்தப்படுகிறது. ஆட்டுக் குட்டியானவர் என்று அழைக்கப்படுகிற இயேசுவோடு சேர்ந்து, சீயோன் மலையில் அவர்கள் மட்டுமே நின்றுகொண்டிருந்தார்கள். பின்னால் நின்ற திரள்கூட்டத்தாரை அங்கு காண முடியவில்லை (வெளிப்படுத்தின சுவிசேஷம் - திருவெளிப்பாடு 14:1). மேலும், அவர்கள் மட்டுமே இரட்சிக்கப்பட்டவர்கள் (மீட்டுக் கொள்ளப் பட்டவர்கள்) என்பதைக் கூறவந்த பைபிள்,

> அவர்கள் சிங்காசனத்துக்கு முன்பாகவும், நான்கு ஜீவன்களுக்கு முன்பாகவும், மூப்பர்களுக்கு முன்பாகவும் புதுப்பாட்டைப் பாடினார்கள்; அந்தப் பாட்டு பூமியிலிருந்து மீட்டுக்கொள்ளப் பட்ட இலட்சத்து நாற்பத்து நாலாயிரம் பேரேயல்லாமல் வேறொருவரும் கற்றுக்கொள்ளக் கூடாதிருந்தது. (வெளிப் படுத்தின சுவிசேஷம் - திருவெளிப்பாடு 14:3 புரோட்டஸ்டண்ட் மொழிபெயர்ப்பு)

என்று அறிவிக்கிறது.

இவ்வாறு பரலோக ராஜ்ஜியம் (விண்ணுலகு) என்பது, இஸ்ரேலியர் களாகிய யூதர்களின் சொந்த ராஜ்யம் என்று நிறுவப்பட்டுள்ளது. பின், பரலோக ராஜ்ஜியம் விண்ணிலிருந்து கீழிறங்கி வந்தது. அதற்கு ஒரு மதில் சுவர் இருந்தது. அதுபற்றிக் கீழ்க்கண்ட தகவல்களை பைபிள் தருகிறது.

> அதைச்சுற்றி பெரிய, உயர்ந்த மதிலும் அதில் பன்னிரண்டு வாயில்களும் இருந்தன. வாயில்களுக்குப் பொறுப்பாய்

பன்னிரண்டு வானதூதர்கள் நின்றார்கள். இஸ்ரயேல் மக்களுடைய பன்னிரண்டு குலங்களின் பெயர்களும் அவ்வாயில்களில் பொறிக்கப்பட்டிருந்தன (வெளிப்படுத்தின சுவிசேஷம் - திருவெளிப்பாடு 21:12 - பொது மொழிபெயர்ப்பு. புரோட்டஸ்டண்ட் மொழிபெயர்ப்பில் 21:12,13 என இரண்டு வசனங்களாக உள்ளன).

பரலோக ராஜ்ஜியம் பற்றிய செய்திகள் பைபிளில் மிகவும் தெளிவாக உள்ளன. ஆனால் அவற்றைச் சிலர் தவறாகப் பிரசாரம் செய்துவரு கின்றனர். அவற்றில் உள்ள தகவல்கள் யாவும் அடையாளங்களாகவே (symbolic) கூறப்பட்டுள்ளதாகவும், எனவே அது எவருக்கும் புரியாது என்றும் பேசப்படுகிறது. ஆனால் அடையாளங்களாகக் கூறப்பட்டுள்ள விஷயங்கள்கூட அதே நூலில் (வெளிப்படுத்தின சுவிசேஷம் - திருவெளிப்பாடு) தெளிவுபடுத்தப்பட்டுள்ளன.

அவற்றைக் கீழே காணலாம்.

எண்	அடையாளங்கள்	வசனங்கள்	அவற்றின் விளக்கம்	வசனம்
1.	ஏழு பொன் விளக்குத் தண்டு	1:12	ஏழு திருச்சபைகள் (எபேசு, சிமிர்னா, பெர்காம், தியத்ரா, சர்தை, பிலடெல்பியா, இலவோதிகா)	1:20
2.	ஏழு விண்மீன்கள்	1:16	ஏழு சபைகளின் வான தூதர்கள்	1:20
3.	ஏழு தீவட்டிகள்	4:5	கடவுளின் ஏழு ஆவிகள்	4:5
4.	ஏழு கண்கள்	5:6	மண்ணுலகுக்கு அனுப்பப்பட்ட கடவுளின் ஏழு ஆவிகள்	5:6
5.	பொற் கிண்ணம்	5:8	இறை மக்களின் வேண்டுதல்	5:8
6.	விலை மகள்	17:5	பாபிலோன் மாநகர்	17:5
7.	ஏழு தலை, பத்து கொம்பு	17:3	ஏழு மலைகள் மற்றும் ஏழு அரசர்கள் மற்றும் வேறு பத்து அரசர்கள்	17:9-12

இவ்வாறு, பரலோக ராஜ்ஜியம் என்பது, இஸ்ரேலியர்களின் தனியுடைமை என்றும், அவர்களுக்காகவே அது ஒதுக்கப்பட்டிருந்தது என்றும் அறிவிக்கப்படுகிறது. புறஜாதியாருக்கென ஒரு வாசல்கூட ஒதுக்கீடு செய்யப்படாமல், அவர்கள் முற்றிலுமாகப் புறக்கணிக்கப் பட்டிருக்கிறார்கள். மேலும் மதிலும் உயரம் 216 அடி என்று கூறப்பட்டுள்ளது (வெளிப்படுத்தின சுவிசேஷம் - திருவெளிப்பாடு 21:17 பொது மொழிபெயர்ப்பு). அதன் வாயில்களைக் கண்காணிப் பதற்கென வானதூதர்களும் காவலுக்கு நிற்கிறார்கள் (வெளிப் படுத்தின சுவிசேஷம் - திருவெளிப்பாடு 21:12). எனவே, தப்பித்தவறிக் கூட புறஜாதியார் எவரும் பரலோக ராஜ்ஜியத்தின் உள்ளே நுழைய முடியாது என்பதை பைபிள் தெளிவுபடுத்துகிறது.